ஆட்டம் குதூகலம் அதிசயம்

கலை இலக்கியப் பரிசீலனைகள்

சா. தேவதாஸ்

பரிசல்

பரிசல் புத்தக நிலையம்

ஆட்டம் குதூகலம் அதிசயம்

ஆசிரியர் : **சா. தேவதாஸ்**

முதல் பதிப்பு : மே 2025

வெளியீடு : பரிசல் புத்தக நிலையம்

நெ.47 , B1-பிளாட், தாமோதர் பிளாட் ஐஸ்வர்ய அபார்ட்மெண்ட்
ஓம் பாராசக்தி தெரு, விஓசி நகர், பம்மல், சென்னை - 600 075

பேச: 9382853646, 8825767500

மின்னஞ்சல்: parisalbooks2021@gmail.com

பக்க வடிவமைப்பு: யு.நிலா

அச்சாக்கம்: தி பிரிண்ட் பார்க், சென்னை 600 117.

பக்கம்: 168   விலை: ரூ.190 /-

Attam Kudhugalam Athisayam

Author : Saa. Devadoss

First Edition : May 2025

Published by: Parisal Putthaga Nilayam

No.47, B1 Flat, First floor,

Dhamodar Flat Aiswarya Apartment, Om Parasakthi St,

Voc Nagar pammal, Chennai - 600 075

Mobile: 93828 53646

E-mail: parisalbooks2021@gmail.com

Designed by: Y.NILA

Printed at: The Print Park, Chennai 600 117.

ISBN: 978-93-48942-20-3

Pages: 168   Price: Rs.190 /-

"நான் ஆக்கப்பட்டுள்ள பொருளாக உள்ளது காலம். என்னை அடித்துச் செல்லும் நதியாக உள்ளது காலம் ஆனால் நானே நதி; என்னைக் கிழித்தெறிகிறது அது ஆனால் நானே புலி; என்னைக் கபளீகரம் செய்யும் கனல் அது ஆனால் நானே கனல். கெடுவாய்ப்பாக உலகம் நிஜமாயிருக்க, கெடுவாய்ப்பாக நானோ போர்கெஸாக இருக்கிறேன்"

-Borges /
A New Refutaion of time ending

பொருளடக்கம்

1.	பழங்குடியின மக்களின் பண்பாடுகள்	5
2.	புன்னகை பேருணர்வாகும் அதிசயம்	9
3.	முகாம் ஒன்று குரல்கள் இரண்டு	18
4.	அழகும் அங்கதமும்	23
5.	அடிச்சீயின் நைஜீரியப் பாத்திரங்களும் பெண்ணியமும்	41
6.	போர்கெஸின் புனைவும் முடிவற்ற காதலும்	49
7.	கதிர்பாரதியின் கவிதைகள்	58
8.	இமையின் துடிப்பில் ஒரு பட்டாம் பூச்சி	65
9.	நேசத்தின் நாற்பது விதிகள்	70
10.	ஷெல் சில்வெர்ஸ்டீன் : கலைத்துச் சிதைத்தல் - கொண்டாடிக் குதூகலித்தல்	81
11.	மிகைல் ஜோஸ்செங்கோ (1894 - 1958)	85
12.	ஃபாஸில் இஸ்கந்தர் : பரிகசிக்கும் ஆளுமை	93
13.	இ.எம். ஃபாஸ்டர் (1879 -1970)	102
14.	லூயி அல் அமார்	110
15.	நாதம் பிறப்பது கலைஞனிடமிருந்தா கருவியிடமிருந்தா	114
16.	குணா கவியழகன் : நிலமும் காதலும் நினைவும்	120
17.	கஜுராஹோ : கல்லில் சிலிர்க்கும் பரவசம்	133
18.	சொல்லும் பொருளும் அகராதியும்	140
19.	சொல்லின் பின்னுள்ள மனம் ஆண்டின் பின்னுள்ள சொல்	147
20.	இப்போதைய தேவை இலக்கியமே, தத்துவமல்ல	150
21.	தஸ்லிமா நஸ்ரீன்	156

1. பழங்குடியின மக்களின் பண்பாடுகள்

பழங்குடியின மக்களின் வாழ்க்கையினை மானுடவியல் கண்ணோட்டங்களிலிருந்து அணுகி, கோட்பாட்டு ரீதியில் புரிந்து கொள்ள முற்படுவது கல்வி வளாக எல்லைகளுக்குள் நின்று விடும்., வெறுமனே கள ஆய்வின் அடிப்படையில் விவரணங்களைத் தொகுத்தாலும் இந்த நிலைதான். மாறாக, அவர்கள் வாழும் சூழல்களில் அவர்களைச் சந்தித்து, காலங்காலமாக அவர்களிடையே சொல்லப்பட்டு வருகின்ற கதைகளை / கதைப்பாடல்களைக் கேட்டு, தொன்மங்களைப் புரிந்து கொண்டு, சடங்கியல் முறைகளைப் பார்த்து, இந்தியாவின் காடுகளிலும் பாலைவனங்களிலும் மலைகளிலும் சமவெளிகளிலும் பயணித்ததன் அடிப்பைடயில் ஒரு பிரதியை உருவாக்குவது சவால்மிக்க நடவடிக்கை. அதனை எதிர்கொண்டு சாதித்துக் காட்டியுள்ளனர் ரெங்கையா முருகனும் ஹரிசரவணனும். இந்தப் பிரதிதான் "அனுபவங்களின் நிழல்பாதை" (வம்சி புக்ஸ், திருவண்ணாமலை, 2010).

சுமார் 10 ஆண்டுகால உழைப்பில் உருவாகியுள்ள இந்நூலின் துணைத்தலைப்பு "இந்தியத் திணைக்குடிகளின் ஊடாக நீள்பயணம்". அர்ப்பணிப்புணர்வு ன் ஆய்வு மேற்கொள்ள விரும்புவோருக்கு 'தேசிய நாட்டுப் புறவியல் உதவி மையம்' மற்றும் கோமல் கோத்தாரி போன்ற ஆய்வாளர்களின் உறுதுணையும் ஒத்துழைப்பும் இருந்தால் எவ்வளவு மகத்தான ஆய்வுகளைக் கொண்டுவர முடியும் என்பதற்கு இந்நூல் சிறந்த எடுத்துக்காட்டு.

வனமானாலும் மலையானாலும் பாலையானாலும் தாம் வாழும் இயற்கைச் சூழல்களுக்கேற்ப, அந்தந்த வாழிடங்களில் கிடைப்பதைக் கொண்டு, வாழ்க்கையை நிறைவு செய்து, பணத்தின்

தேவையே இல்லாதவர்களாக, கதைப்பாடல்களிலும் ஆடல்களிலும் தம்மை வெளிப்படுத்திக் கொள்ளும் இப்பூர்வகுடி மக்களின் பண்பாடுகளுக்குள் நெருக்கமும் கலப்பும் ஏற்படும் போது உண்டாகும் ஓர் அம்சத்தை இப்படி முன்வைக்கின்றனர் நூலாசிரியர்கள்:

“அஸ்ஸாம் மாநிலப் பகுதிகளில் பட்டிராபா பழங்குடிகளும் ராஜபான்சி சமூகத்தவரும் நிகழ்த்தும் மானசாதேவிக் காவியப்பாடலில் சாந்தோ என்ற தீவிர சைவபக்தன் மானசாதேவியால் கடும் சோதனைக்கு உள்ளாக்கப்பட்டு சாக்த (தாய்த் தெய்வ) வழிபாட்டிற்கு மாறுகிறான். அதேபோல் ஆந்திராவில் அக்கம்மாதேவிக் கதைப்பாடலில் ஆர்சுருலு சின்னோடு எனும் சிவபக்தனைச் சோதனைக்கு உள்ளாக்கி சாக்த வழிபாட்டிற்கு மாற்றுகிறாள். கர்நாடகா மயிலாரா வழிபாட்டிலும் இரும்புச் சங்கிலி உடைக்கும் சரபள்ளிச் சடங்கில் பங்கேற்பவர் மயிலாராவை அப்பனே என்று வணங்கியும் சங்கிலி உடையாது. ஆனால் அடுத்து மாலாவா அம்மனை வணங்கியதும் சங்கிலி உடைகிறது. மேற்குறித்த மூன்று சடங்குகளையும் இணைத்துப் பார்த்தால் தாய்த்தெய்வ வழிபாடு உடைய பூர்வகுடிகளுக்கும் வந்தேறிகளான நாடோடிச் சமூகத்திற்கும் இடையில் முரண் உடைவதும், பின்னர் சமாதானம் அடைவதும் கதைப்பாடல் சடங்குகளாக நிகழ்த்தப்படுகிறது.” (பாலைக்குளிரும் - பனிப்பாவையும்)

பழங்குடி மக்களைப் பொருத்தவரை வீடுகட்டுவது என்றால், பணவசதியைப் பொறுத்ததாக இல்லாது, பரஸ்பர செயல்பாடாக சமூகத்திற்குள் நடந்து விடுகிறது. “வீடு கட்டுவதற்குத் தேவையான பொருட்களான பலா மரக்கட்டை, பிரம்பு, மூங்கில், கூரை ஆகிய அனைத்துப் பொருட்களையும் ஒவ்வொருவரும் பொறுப்பேற்றுக் கொண்டு வந்து சேர்த்து விடுவர். வீடு கட்டும் முன்பு பூஜை செய்து வழிபட்டுக் கட்டத் தொடங்குவர். தினமும் வீடு கட்டுபவர்களுக்கு மாலை வேளையில் ‘சுபாங் ரைஸ்பீர்’ ஐ வீட்டின் உரிமையாளர் வழங்குவார். இதுதான் வீடுகட்டுபவருக்கான சன்மானம் அதே போல் மற்றவர்கள் வீடுகட்டும் போதும் வீட்டின் உரிமையாளர்

பதிலுக்குச் சென்று வீடு கட்டும் பணியில் உதவிபுரிவர்." (பக். 81)

கோந்து பழங்குடியினருக்கு இராவணன் தெய்வமாகத் திகழ்வது ஒருபுறம்; பரசுராமர் சிற்பம் அனைத்துப் பழங்குடி கோவில்களிலும் தவறாது இடம்பெறுவது இன்னொரு புறம். "பரசுராமர் சிறிய கோடாரி வைத்து நின்று கொண்டிருக்கும் சிற்ப அமைப்பு பழங்குடி இனத்தவர்களின் முக்கியக் குறியீடு. வனத்துடன் தொடர்புடைய பழங்குடி மக்கள் எப்பொழுதும் தங்களுடைய தோளில் சிறிய கோடாரியைச் சுமந்து கொண்டு செல்கின்றனர். வனத்திற்குள் செல்லும்போது பாதையைச் சரிசெய்வதற்கும், நிலத்தைச் சீர்செய்வதற்கும் உரிய மிக முக்கியக் கருவி இந்தக் கோடாரி. பரிணாம வளர்ச்சியில் நிலத்துடன் தொடர்பு கொண்ட மனிதன் நிலத்தினைச் சீர்படுத்த வேண்டியதன் குறியீடாக பரசுராமர் முக்கிய இடம் பெறுகிறார்..." (பக். 275)

கேரளத்தின் தெய்வம், துளுநாட்டின் பூத வழிபாடு மற்றும் மராட்டியத்தின் மயிலாரா லிங்கா வழிபாடு என்பவற்றில் விரவியுள்ள கதைப்பாடல் மரபில் தென்னிந்திய மரபின் தொடர்ச்சியையும் விரிவையும் காணும் திரு. பக்தவத்சல பாரதி (புதுச்சேரி மொழியியல் பண்பாட்டு ஆராய்ச்சி நிறுவன இயக்குநர்) இந்நூலை வாசிப்பதென்பது. "தொல்குடித் தன்மையின் (Primitivism) உன்னதத்தை அனுபவித்து வாசிப்பதாகும்." என்று மனந்திறந்து பாராட்டுவது குறிப்பிடத்தக்கது.

இனவரைவியல் ஆய்வில் தாங்கள் கண்டுள்ள ஒரு பொதுவம்சம் விஜயநகரப் பேரரசு வரை இடம்பெற்றிருப்பதை அழகாகப் பதிவு செய்கிறது இப்புத்தகம்:

"அருணாச்சலப் பிரதேசப் பகுதிகளில் வாழ்கின்ற மின்யோங்நாதிப் பழங்குடிகளின் இயற்கை வழிபாடு டோன்யோ போலோ எனப்படும் சூரிய - சந்திர வழிபாடு, அனந்தப்பூர் பகுதியில் அக்கம்மகாரு காவியக் கதைப்பாடலைப் பாடும் மாலா சமூகத்தாரின் உறுமி இசைக் கருவியில் சூரிய சந்திரர்களின் உருவ அச்சு பதிக்கப்பட்டுள்ளது. கர்நாடகா பெல்லாரி மாவட்டத்தில் நடைபெறும் மயிலாரங்கா வழிபாட்டில் சரபள்ளிச் சடங்கு

செய்வதற்கு முன்பான பூஜையில் கம்பளிப் போர்வை விரித்து அரிசியால் வரையப்படும் திரிசூலத்தின் இடமும் வலமும் சூரிய சந்திரன் இடம்பெறுகிறது. விஜயநகரப் பேரரசின் சின்னமும் சூரிய சந்திரர்களே. நிலவியல் ரீதியான, இனவியல், சாதியியல் பிரிவினைகள் இருந்த போதும் இயற்கை வழிபாட்டு அடிப்படையில் அனைவரும் ஒரே சூரிய சந்திர வழிபாட்டாளர்களாக இருக்கின்றனர்."

பழங்குடியின மக்களின் பண்பாடுகளை அணுகும்போது, அவர்களை அப்படியே பூர்வகுடித் தன்மையிலேயே இருக்கவிட வேண்டும் என்று யாரும் வற்புறுத்தவில்லை. உலகமயமாதல், தாராளமயமாக்கம் என்பவற்றின் தாக்கங்களால் கேள்விக்குள்ளாகி வரும் அவர்தம் இருப்பு உறுதிப்பட வேண்டுமாயின், அரசின் வனக் கொள்கையில் மாற்றம் அவசியம்; அவர்களுக்கான புனர்வாழ்வுத் திட்டங்களில் தீர்மானிப்பவர்கள் அவர்களாக இருக்க வேண்டும். ஏனெனில் சில அம்சங்களை அவர்கள் உயிரென மதிக்கின்றனர். உதாரணமாக பாசி வழங்கும் சடங்கு. "இப்பாசியானது நினைத்துக் கூட பார்க்க முடியாத ஆதி மூதாதையர் காலத்திலிருந்து அடுத்தடுத்த தலைமுறைக்கு அளிக்கப்படுகிறது. இவர்களைப் பொறுத்தமட்டில் மதிப்பிட முடியாத அளவுக்கு விலையுயர்ந்த பாரம்பர்யமிக்க பாசி அது." *(பக். 84)*

2. புன்னகை பேருணர்வாகும் அதிசயம்

அருகற்ற உன் திருவுருவன் முன்
கறைகளை உண்ட பேராழியோ
ஆற்றாமையின் கதறலை அலைகளாய்ப் பிதற்றுகிறது
- ஈர்ப்பின் பெருமலர் / எஸ். சண்முகம்

எண்பதுகளின் இறுதியில் இரு கவிதைத் தொகுதிகளை வெளியிட்டிருந்த நண்பர் எஸ். சண்முகம், இலக்கியக் கோட்பாடு சார்ந்த விமர்சனங்களிலும் விவாதங்களிலும் தீவிரமாக ஈடுபட்டு வந்தார். 2015-16 காலகட்டத்தில் பிறமொழிக் கவிதைகளை மொழியாக்கம் செய்து அறிமுகப்படுத்தினார். அடுத்து **ஈர்ப்பின் பெருமலர், உலரிலைப் பக்கங்கள்** வந்துள்ளன. இப்போது இக்கவிதைத் தொகுதி.

சண்முகத்தைப் பொறுத்தவரை கவிதையானாலும், கட்டுரையானாலும் மொழிபெயர்ப்பானாலும் தீவிர தளத்திலான ஈடுபாடுதான்; எழுதியிருப்பவை கொஞ்சமே; இலக்கியம் என்றால் அவருக்கு ஓர் உயிரியக்கம்.

உலக இலக்கியப் பரிச்சயத்துடன், அவர் புத்தகங்களைச் சேகரிப்பதாயினும் பராமரிப்பதாயினும் அறிமுகப்படுத்துவதாயினும் அவ்வளவு அர்ப்பணிப்பு கொண்டிருக்கும். இலக்கியத்தின் அளவுக்கு இசையிலும் திரைப்படத்திலும்.

ரின்ஸாய் என்னும் ஜென் குருவின் அந்திம காலம் நெருங்கிக் கொண்டிருக்கிறது. ‘குருவே, நீங்கள் மறைந்த பிறகு, உங்களது போதனையின் சாராமம் என்னவன்று மக்கள் வினவுவார்கள். நீங்களோ பல விஷயங்களை எங்களிடம் கூறி வந்துள்ளீர்கள்.

அவற்றையெல்லாம் திரட்டி ஒரு வரியில் சொல்லிவிட்டீர் களானால் நாங்கள் அதனைப் பாதுகாத்து வந்து, மக்களுக்குத் தெரிவிப்போம்' என்று ஒரு சீடர் கோரிக்கை வைக்கிறார். விழிகளைத் திறக்கும் **ரின்ஸாய்** பெருங்கூச்சலிட்டு சிங்கமெனக் கர்ஜிக்கிறார்! இவ்வளவு ஆற்றலுடன், இறக்க இருக்கின்ற குருவால் கத்தமுடியுமா என அதிர்ந்து போகின்றனர் சீடர்கள். 'இது தான்!' என்று உச்சரித்து விட்டதும் விழிகளை மூடிக் கொள்கிறார்.

> **இதுதான்...** இத்தருணம், நிசப்தமான இத்தருணம், சிந்தனையால் மாசுறாத இத்தருணம், சூழ்ந்திருந்த இந்நிசப்தம், இவ்வியப்பு, மரணத்தின் மீதான இக்கடைசி சிம்மகர்ஜனை **இதுதான்...**

ஒரு விதத்தில் சண்முகம் உலவுகின்ற வெளியும் இத்தீவிரம் கொண்டதாக இருக்கிறது எனலாம். எண்ணங்கள், கருத்தமைவுகள் இல்லை. பிரச்சனைகளின் பிரஸ்தாரம் இல்லை. அனுபவப் பகிர்வும் இல்லை. காதல் சார்ந்த தன்னுணர்ச்சி வெளிப்பாடா என்றால் அப்படியும் சொல்லிவிட முடியவில்லை முழுமையாக. காதலுக்கும் அப்பாலுள்ள ஒன்றாக, காலவெளி தாண்டிய உலகமாக, புதிதாக பொலிவாக ஈர்ப்புடன் உள்ளது. அங்கே இன்னோர் உயிருடன பேசுவதாக/தன்னை வெளிப்படுத்துவதாக உள்ளது. ஆனால் உரையாடலாக மாறிடவில்லை. பிரார்த்திப்பதாகவும் இல்லை. சக உயிரின் முன் பேசுகிறது ஓருயிர், அவ்வப்போது வேண்டுகிறது. அப்படியானால் முன்னிறுத்திப் பேசப்படும் உயிர், ஒரு பேருணர்வாக இருக்க வேண்டும்.

மனித உலகில் அந்நியப்பட்டுப் போகின்றவனுக்கு இயற்கை, ஆறுதலளிக்கும், இறைமையாக ஆட்கொள்ளவும் செய்யும். இயற்கையிடம் செல்ல முடியாத சூழலில், காதலும் நேசமும்தான் புகலிடம். மானுடக் காதலும் மாசுறும் போது... இந்த நிலையைத்தான், இந்த தவிப்பைத்தான் சண்முகம் கவிதைகளாக உருக்கொள்ள வைக்கிறார். மதத்தத்துவத்திடமும் ஆன்மிகத்திடமும் சரணடைய முடியாதபோது என்ன செய்வது? காதலாக அரும்பி பேருணர்வாக மலர்ச்சி கொண்ட ஒன்றுதான் விடுவிக்க முடியும்

விடுதலை தர முடியும் அல்லது சுமையற்ற இன்னொரு பந்தத்தை மாற்றீடு செய்ய முடியும்.

நின்
பெருங்காட்சியின் இறைமையில்
கரைந்துவிட்ட ஒற்றைநொடியின் வண்ணம்
நான்

வான் ஒளிர்மையின் ஓரங்களில்
மறுதோன்றலுக்காக புலப்படாமையில்
காத்திருக்கிறேன்
நீ நினுள் நிறையொளியென
ஈடேற்றத்தின் தருணம்
புலன்வெளியில் மூழ்கி மறைய.....
(உலரிலைப்பக்கங்கள்)

ஒருபுறம் காத்திருப்பு, இன்னொருபுறம் அப்பேருணர் வினை எப்படி ஏற்பது? தன்னால் இயலுமா? என்ற தயக்கம்.

"நெஞ்சைத் தன் தங்குகிளையாக்கி அமர்ந்திருக்கும் பறவையின்
அலகு நுனியில் அமைந்திருக்கிறேன்
முன்னிருக்கும் ஏதும் நிரம்பாத வெளியாய்

நின் வசமிருந்து விம்மியெழுந்து அமிழும்
பேருணர்வினை எவ்வண்ணம் ஏற்பேன்
அண்மிக்க அடங்கா விரிவாய்
நீலஉயர்வெங்கும் அவைபரவியோடும்
நல்லின்பத்தின் கரைபோகச்
சந்ததமும் தவழ்கிறேன்..."

தன்னைத் தகுதிப்படுத்திக் கொள்ள என்ன செய்ய வேண்டும்?

"..... இன்று முழுவதும்
என் சிரமீது படிந்துள்ள இறகுகளையும்

அதன் வான்நிறத்தையும் இழக்காமல்
சிறிது நேரமேனும் வாழ்ந்துவிட வேண்டும்."

முழுமையடையவில்லை என்று ஏங்காமல் தேடல் மட்டும் பிரதானமாயிருக்க வேண்டும். அரைகுறையாயிருக்கிறதே சித்திரம் என வருந்த வேண்டாம்.

"..... ஒரு வேளை
விரல்கள் அவ்வேளையில் வேறொரு காட்சியின்
சட்டத்துள் தன்னிழத்தலில் சிக்கியிருக்கக் கூடும்
நிகழ்ந்து செல்லும் தூரிகையின் சுழற்சி எதிர்விசையில் லயித்திருக்கலாம்
தீர்மானமாற்றிருத்தலின் அபாரப் புள்ளியுள்
கோடுகளும் வண்ணங்களும் சொற்களும் ஏது?"

இதனை இன்னொரு தருணத்திலும் சுட்டிச் செல்கிறார் இப்படி

".... தன் போக்கில் உழலும் ஆழ்மனத்தினில்
யாருமில்லை எதுவுமில்லை
ஒருமுறை எதேச்சையாய் நகைத்துவிட்டால் போதும்
மீண்டுவிடலாம்."

இங்கும் வரும் நகைப்பு, சிம்ம கர்ஜனை யாகிவிட எவ்வளவு கணங்களாகும்...

தொலை தூரத்து உயிர்கள் ஒன்றிணையும் அனுபவம், உலகியல் தளம் தாண்டியதாய், நுண்ணுலகப் பிரபஞ்ச விரிவாய் பரந்து படுகின்றது.

".... நம்முள் பாய்ந்து செல்லும்
உயிரோட்டத்தைத் தொடு - உணர்தலாய் வரிக்கையில்
உடலற்றுப் போகும் விரிநிலமெங்கும்
மாணிக்கங்கள் மினுங்குகின்றன
காணாத தெனினும்
கண்டதுபோலவே நிறைவடைகின்றன யாவும்"

இன்னொரு கணத்தில் இவ்விணைவும் திளைப்பும் இப்படியாகிறது.

“மிதந்து கொண்டிருக்கும் நம் பிரதிமைகள்
ஒன்றையொன்று பரிகசித்த வண்ணமாயுள்ளன
தீண்டியும் விலகியும் பேருணர்வெழுப்பும்
உனது விழியசைவினில் என்னுரு
நிலையற்று உழல்கிறது

.... மயிர்க்கால்கள் யாவிலும் ஒளிபூத்து நிற்கிறது
பூமியின் நினைவழிக்கும் விதமாய்
பேரிரிரைச்சலின் கணங்கள் என்னை வியாபிக்கிறது
உணரும் ஓசையினை செவியுணர்தல் தவிர்க்கிறது
ஈர்ப்பு நழுவிய பாதங்கள் மிதக்கத் துவங்குகின்றன
கரங்கள் அலைத் தொடராய் அசைகின்றன

என் கருவெளியை முற்றிலுமாய்
கரைத்து விட்டேன் உன்னில்
என்னூடாகவும் உன்னூடாகவும் பீறிட்டுப்பாயும்
பிரவாகத்தில் இருவரும்
இக்கணம்
நியான் பொட்டுக்களாய் மினுங்குகிறோம்.”

வேறொன்றாகவும் வடிக்க முடிகிறது:

“சூன்யத்துள் பாய்ந்து நாம் மீள்கிறோம்
உணரும் நொடியை உணர்வின்மையுள் செலவிட்டு
மீண்ட பெருவெளியில்
மின்னி அணைந்து நான் நிற்க
அணைந்து மின்னுகிறாய்
இம்மினுக்கத்தைத் தொடர என்னில் நீ முள்கிறாய்...”

II

ஒருவிதத்தில் சண்முகத்தின் கவிதை உலகம் சூஃபி ஞானியரது பரவசத்தைப் பேசுவது. அது காதலையே பெரும் நேசமாக்கி உலகு தழுவியதாக்கி விடும். ரூமி பாடுகிறார் :

**"நேற்று புலர்காலையின் எழிலெல்லாம் என் மீதுற்றது
யாரை நோக்கி என்னுள்ளம் அடையுமென வியந்தேன்
பின்னர் இன்று காலை மீண்டும் நீ
நான் யார்? காற்று நெருப்பு நீரார்ந்த பூமியே
என்னை வல்லமையுடன் நகர்த்துகின்றன எனெனில்
அவை நேசத்துடன் சூலுற்றிருக்கின்றன
நேசம் இறையுடன் சூலுற்றிருக்கிறது
இவையே நான்போற்றும் புலர்காலைத் தலை முறைகள்"**

நேசிக்கக் கற்றுத்தரும். கவிதை வடிக்கக் கற்றுத்தரும். இறுதியில் விடுதலையாகி மலரச் செய்யும் - அது இயற்கையாற்றலாகவோ இன்னொரு உயிராகவோ பேருணர்வாகவோ இருக்கக் கூடும் என்பார் ரூமி.

**"உனது ஒளியில் நேசித்தல் எவ்வாறெனப் பயில்கிறேன்
உனது நிகரற்ற வனப்பில்
கவிதை யாத்தல் எவ்வாறென அறிகிறேன்
நீயென் நெஞ்சகத்தே நர்த்திக்கிறாய்
யாராலும் உன்னைக் காணவியலா அது அவ்விடத்தே
ஆயினும் சில தருணங்களில் நான் காண்கிறேன்
அந்தப் பார்வையே இந்தக் கலையாகிறது"**

III

பேர்கெஸ் அடுத்தடுத்து காதலித்துவந்த யுவதிகளெல்லாம் அவரை மணமுடிக்க விரும்பாது நிராகரித்துவிட, இறுதியில் அவர் இறப்பதற்கு 6 மாதங்கள் முன்னர்தான், அவரின் செயலராயிருந்து வந்த **மரியா கொடாமா** என்ற ஜப்பானிய மங்கையே போர்கெஸின் கோரிக்கையை ஏற்று மணந்து கொள்வார். காதல் சார்ந்த எமாற்றங்களை/நிராசைகளை போர்கெஸ் எப்படி எதிர் கொண்டார்? அவருக்கு தாந்தேயின் **தெய்வீக இன்பியல் நாடகத்தின்** மீது அலாதியான பிரியம். இளமையில் தாந்தே விரும்பிய சிறுமி **பீட்ரிஸ்** தாந்தேயை காதலிக்காமல் நிராகரித்து விட்டாள். ஆனால் **தெய்வீக இன்பியல் நாடகத்தில்** பீட்ரிஸ்தான் விண்ணகத்தில் தாந்தேக்கு வழிகாட்டுகிறார்.

நரகத்திலும் கழுவாய் தேடும் இடத்திலும் தாந்தேயின் தந்தை/ ஆசிரியர் போன்ற **விர்ஜில்** என்ற கவிஞர் வழிகாட்டி வருவார். அடுத்து விண்ணகத்தில் நுழையும் போது, வழிகாட்டும் பொறுப்பை பீட்ரிஸ் ஏற்று நடத்துவாள். இறைமையினை நெருங்கும் வேளையிலும் அண்மிக்கும் வேளையிலும் பீட்ரிஸைக் காணவில்லையே என்று தாந்தே தவிக்கையில், கணநேரம் புன்னகைத்து விட்டு மாயமாகிவிடுவாள்.

தாந்தேயை வழிகாட்டி, இறைமையை தரிசிக்க வைத்தது **பீட்ரிஸ்** என்றாலும் அடிப்படையான ஆதாரமான பீட்ரிஸின் புன்னகை போதும் தாந்தேக்கு. என்றென்றைக்கும் அது உத்வேகம் தரும். வழிநடத்தும், மண்ணுலக ஆசிரியரை விடவும்.

போர்கெஸைப் பொறுத்தவரை, தன் காதலியர் தந்த உத்வேகம் போதும. புன்னகை போதும், மணம் செய்து பந்தத்தில் ஈடுபடாதது பெரிய இழப்பில்லை. நிராசையும் நிறைவேற்றமாகி விடும் கவிதையில்.

அத்துடன் போர்கெஸின் தந்தை எழுதிய El caudillo கவனம் பெறாது போனது. அதனை மறு எழுத்தாக்கம் செய்ய வேண்டும், தந்தை வேண்டிக் கொண்டபடி விர்ஜிலின் Aeneid- யை தாந்தே **தெய்வீக இன்பியல் நாடக** மாக மறுஎழுத்தாக்கம் செய்தது போல, போர்கெஸ் The congress என்னும் குறுங்காவியத்தை மறு எழுத்தாக்கமாக எழுதினார்.

போர்கெஸால் பீட்ரிஸின் புன்னகையை தன் காதலியரிடம் கண்டு கொள்ள முடிந்தது. தந்தையின் எழுத்தை மறு எழுத்தாக்கம் செய்ய முடிந்தது. ஆக நேசத்தைக் கற்க முடிந்தது. கவிதையை / கலையை உருவாக்க முடிந்தது.

ஆக சண்முகத்தின் கவிதைகளை இயக்கி இருப்பது ஒரு 'பீட்ரிஸின்' புன்னகையாக இருக்க வேண்டும் - வண்ணகத்தில் மட்டுமே பீட்ரிஸ் புன்னகைக்க முடியும் என்பதால், அவரின் கவிதைகளும் மண்ணுலகம் அல்லாத நுண்தளத்திலே காணவேண்டி தவித்து, அலைந்து திரிந்து, பின் அடைந்து பெற்று பரவசம் காண்கின்றன. காதலாகத் தொடங்கி பிரபஞ்ச நேசமாகி பேருணர்வின் திளைப்பாகின்றன.

III

சண்முகம் கையாளும் சொற்கள் / தொடர்களிலிருந்தே, அவரது படைப்பாற்றல் சாயல் காட்டத் தொடங்கி விடுகிறது. ஆழ்மை, நுரைமிதவை, உன்னிக்கிறேன், வெளியரங்கமாகின்றன, எண்ணிலி தரு, பொருண்மை கூட்ட, மனோவியம் அவவிதி, பேய்மை, அமனிதமாய் என்ற பிரயோகங்களில் மொழி புதுமை கொள்கிறது. ஒளிபெறுகிறது; 'நல்லரவம்' என்னும் போது நஞ்சிழந்து, வசீகர உயிராகி விடுகிறது. அடுத்து புதிய நுண் உலகில் நுழையும் அம்மொழி, **டிஜிரிடு** போல ஆதார உணர்வை இசைக்கத் தொடங்கி விடுகிறது. சொற்களின் பொருண்மை தாண்டி, புலன்களின் அனுபவம் தாண்டி, வேறொன்றைப் பேசுவதாகிறது. தலைப்பிட்டுப் பிரிக்கப்படாமல் தனித்தனி இதழ்களாய் விரிவு கொள்ளும் கவிதைகள் ஒரு பேருணர்வின் எண்ணற்ற இழைகளாக பின்னிச் செல்ல முற்படுகின்றன.

> "... புலன் மயங்கிய நம்முள்
> ஏதுமற்ற வெளி பெருகுகிறது
> ஆழிக்காற்றின் ரீரைச்சலில் செயலிழந்து
> கரையொதுங்கி
> மெல்ல வடிகிறோம்"

மொழி மீதான அவரது அக்கறை மொழிப் பகட்டாகஆகி விடாமல், படைப்புத் தன்மை கொண்டிருப்பதால், விமர்சன மொழியை இறுக்கமாக்கி விடாமல் ஊடுருவும் தன்மையதாக்குகிறது. மொழியாக்கத்தை வசீகரமாக்குகிறது. கவிதையை ஒளிரவைக்கிறது.

> 'வருடங்களாக வாசித்துப் பழுப்பேறிய
> பாஷோவின் புத்தகத்துள்ளிருக்கும்
> உலரிலைக்குத்தான்
> எத்தனைப் பக்கங்கள்'

என்று கேட்கவைக்கிறது.

பிரமின் கவிதைகள் போல வில்வரத்தினத்தின் கவிதைகள் போல சண்முகத்தின் கவிதைகள் ஆற்றல்மிக்க தெறிப்புகளாக விளங்குகின்றன. 'சிம்ம சூரியன்' என்ற தொடர் பிரமிள் கவிதை ஒன்றில் இடம்பெறும். சண்முகத்தின் கவிதைகளில் சிம்ம சூரியன் தகிக்கவே செய்கிறது. புன்னகை தகிக்கும் போது அளப்பரும் கொடை கிட்டும் அக்கொடையே சண்முகத்தின் கவிதைகள். அவரது நீண்ட பயணத்தில் கிட்டியிருக்கும் கண்டடைதல்கள். 'கண்ணீர் ததும்பும் விழிகளுடன் கூடிய ஞானம்' என்னும் ரெனி காரின் வாசகம் இங்கே நினைவில் எழுகிறது...

ராஜபாளையம், சா. தேவதாஸ்

10.09.2019

ஆதாரங்கள்

1. உலரிலைப் பக்கங்கள் / எஸ்.சண்முகம் / மேகாபதிப்பகம், மதுரை, 2018
2. ஈர்ப்பின் பெருமலர் / எஸ். சண்முகம் / போதிவனம், சென்னை, 2019
3. துயிலின் இருநிலங்கள் / தமிழாக்கம் : எஸ். சண்முகம் / தோழமை வெளியீடு சென்னை, 2016
4. தலைப்பிடப்படாத சமீபத்தைய கவிதைகள் / எஸ். சண்முகம்
5. The Beloved (vol.I) / Osho / Rajnesh Foundation, 1974
6. Borges - A Life/ Edwin williamson / Penguin Books, 2004
7. ரெனிகார் / சா. தேவதாஸ் / புது எழுத்து (5) 2002
8. Dante and virgil / HM Beatty / Blackie & Son, London, 1905

3. முகாம் ஒன்று குரல்கள் இரண்டு

சிறையிலிருந்து எழுதப்பட்ட சுயசரிதங்களையும் பிற ஆவணங்களையும் கேள்விப்பட்டிருக்கிறோம். நேருவின் சுயசரிதம், பகத்சிங்கின் சிறைக்குறிப்புகள், கிராம்சியின் சிறைக்குறிப்பேடுகள் என ஆனால், அகதிகள் முகாமில் இருந்தபடி போராடுகிற ஓர் இலக்கியவாதியின் நாவல் ஒன்று சமீபத்தில் ஆஸ்திரேலியாவில் வெளியாகியுள்ளது. அதுமட்டுமின்றி, அது அந்நாட்டின் உயரிய விருதையும் (VICTORIAN PREMIER'S LITERARY AWARD) பெற்றுள்ளது. ஆம், அந்த ஆசிரியர் பேரூஸ் பூச்சாணி (Behrouz Boochani), ஈரானின் 'குர்து' இனத்தைச் சேர்ந்த கவிஞர், செயற்பாட்டாளர், அகதியாக ஆஸ்திரேலியாவில் புகலிடம் கோர, 5 ஆண்டுகளுக்கு முன் வந்தவரை அனுமதிக்காமல், பசிபிக கடலிலுள்ள பப்புவா நியூ கினியிலுள்ள 'மானுஸ் ஐலேண்ட்' எனும் தீவிலுள்ள முகாமில் தங்க வைத்தது ஆஸ்திரேலியா அரசு. இன்றுவரை அந்நாட்டின் முக்கயிமான இலக்கிய விருதினை அவர் பெற்றுவிட்ட பின்னரும், குடியுரிமை அளிக்காமல் தவிக்க விட்டிருக்கிறது. அவரைப் போலவே இன்னும் 600 பேரை

600 பேரையும் கட்டுப்படுத்தி நிர்வகிக்க இயலாமல், மூன்று வெவ்வேறு தீவுகளக்கு அவர்களை அனுப்பிட ஆஸ்திரேலியா முற்பட்டபோது, தனது அற்ப சொற்ப உரிமைகளையாவது தக்க வைத்துக் கொள்ள வேண்டும் என்று கைதிகளாக உள்ள அகதிகளெல்லாம் ஒன்றுபட்டு போராடத் துணிகின்றனர். இருள் கவிந்த பிறகுதான் வெளியிலிருந்து கிடைக்கும் உணவைப் பெற முடியும் என்ற நிலை. வரும் உணவை 600 பேரும் பகிர்ந்து கொள்ள வேண்டும், அவர்களுடன் இருக்கும் ஒன்றிரண்டு நாய்கள் உட்பட.

அரசின் நெருக்கடிக்குத் தாள முடியாது என்று பயந்து வெளியேறும் அகதிகள் மீது காழ்ப்புணர்வு கொள்ளல் கூடாது. இதுவரை அவர்கள் அளித்துவந்த ஒத்துழைப்புக்கு நன்றி மட்டுமே தெரிவிக்கப்பட வேண்டும். அரசு என்னதான் வன்முறையைக் கட்ட விழ்த்துவிட்டாலும, நம் போராட்டம் வன்முறையில் இருக்க கூடாது இப்படியான அடிப்படை நெறியுடன் நான் காண்டுகள் அவர்கள் போராடி வந்த இதிகாசப் பரிமாணமிக்க வாழ்வை, பத்திரிகையாளர்களின் சாதாரண மொழியில் கூற முடியாது என்று எண்ணி, கவிதையும் உரைநடையுமாக எழுத முற்படுகிறார் பூச்சாணி.

எந்த உரிமையும் வசதியுமின்றி, உணவுக்கும் உயிர்த்திருக்கவும் தத்தளிக்கின்ற ஓர் அகதி எப்படி எழுதுவது? கெடுபிடிகளை மீறி நூலாக்குவது எப்படி? வாட்ஸ் அப் செய்திகளாக பாரசீக மொழியில் அனுப்பிக் கொண்டே இருந்துள்ளார். அவற்றைப் பெற்றதும் ஆங்கிலத்தில் மொழி பெயர்த்து, நான்கு ஆண்டுகள் முடிவில் 'நோ ஃபிரண்ட் பட் தி மவுண்டெய்ன்ஸ் (No Friend But the Mountains)' எனும் தலைப்பில் நாவலாக கொண்டு வருகிறார் டாக்டர் ஓமிட் டோஃபிகியான்ஸ் (Dr.Omid Tofighian) எனும் சிட்னி பல்கலைக்கழகப் பேராசிரியர்.

'விக்டோரியா' இலக்கியப் பரிசுக்காக (2018) இதனைத் தெரிவு செய்யும் வேளையில், 'நூலாசிரியர் ஆஸ்திரேலியக் குடிமகன் இல்லையே' என்ற பிரச்னை எழுந்திருக்கிறது. ஆஸ்திரேலியாவைப் பற்றி எழுதப்பட்டிருப்பதால் பரிசளிக்கலாம் ன்று முடிவு செய்து பரிசு அளிக்கப்பட்டிருக்கிறது.

பரிசு அறிவிக்கப்பட்டாயிற்று. பரிசு பெற்றவர பூச்சாணிக்கு அனுமதியில்லை. அவரது மொழிபெயர்ப்பாளர் அவர் சார்பாகப் பெற்றுக் கொள்கிறார். வாட்ஸ் அப்பில் தனது ஏற்பினை அனுப்புகிறார். பூச்சாணி 'எங்களை எண்களாகக் குறைத்துச் சுருக்கிவிட்ட அமைப்புக்கு எதிரான வெற்றி இது எங்களுக்கானது மட்டுமின்றி ஒட்டுமொத்த மனித சமுதாயத்திற்கும் உரியது இது.'

ஒருவகையில், 'அகதிகளது எதிர்ப்புக்கான கவிஞரின் கொள்கை அறிக்கையாக இது உள்ளது' என்று பார்க்கப்படுகிறது. போலீஸாருடன் சதா நடந்துவந்த மோதலில் ஒரு முறை நாயொன்று கொல்லப்பட்டு விடுகிறது. பல அகதிகள் அதன் பொருட்டு கண்ணீர் வடித்துள்ளனர். அந்நாயின் அழகுக்காகவும் விசுவாசத்திற்காகவும் கள்ளமற்ற தன்மைக்காகவும்.

'வன்முறைமிக்க அரசாங்கத்திற்கு எதிரான அரைநிர்வாண உடலங்களால் கட்டமைக்கப்பட்ட இதிகாசம்' என இப்போராட்டத்தை விமர்சகர்கள் குறிப்பிடுகின்றனர். 'ஆறுகளின் பூமியிலிருந்து, அருவிகளின் பூமியிலிருந்து, தொன்மையான மந்திர உச்சாடனங்களின் பூமியிலிருந்து, மலைகளின் பூமியிலிருந்து வந்திருக்கும் பூச்சாணியின் இந்தப் பிரதி, ஒரு சாட்சியத்தின் குரல், உயிர் பிழைத்தலின் நடவடிக்கை, எதிர்ப்பின் கூக்குரல்.'

'பூச்சாணி ஓர் இலக்கிய இதழியல், தத்துவார்த்த சாதனையை நிகழ்த்தியுள்ளார். இரு தசாப்தங்களில் ஆஸ்திரேலியாவில் வெளியிடப்பட்டுள்ள முக்கிய படைப்புகளுள் ஒன்று இது ன்று விளங்கக்கூடும்' என்கிறது 'சாட்டர்டே பேப்பர்'

'கவிஞரின் தன்னுணர்ச்சிப் பாங்குடனும் நாவலாசிரியரின் இலக்கியத்திறனுடனும் மானுட நடத்தை குறித்த பார்வையாளரின் ஆழ்ந்த நோக்குடனும் எழுதப்பட்டுள்ள இது. ஆவேசத்தால் உந்தப்பட்டுள்ள ஓர் ஓலம், குமுறல், உச்சாடனம்' என்கிறார் எழுத்தாளர் ஆர்னால்ட் ஸாபிள்.

டெஹ்ரானிலுள்ள பல்கலைக்கழகத்தில், அரசியலில் முதுகலைப் பட்டம் பெற்றுள்ள பூச்சாணி, ஒரு பத்திரிகையாளரும் திரைப்படக் கர்த்தாவும் ஆவார். 'Chauka,' 'Please Tell us the time' எனும் திரைப்படத்தை (2017) ஆரஸ் கமாலி சர்வேஸ்தானி என்பவருடன் இணைந்து உருவாக்கியுள்ளார். இரண்டு முறை தனது ஸ்மார்ட்போன் கைப்பற்றப்பட்டதையும் மீறி, இந்நாவலை எழுதி உலகத்திற்குக் கையளிப்பதில் அவ்வளவு முனைப்போடும் தீவிரத்தோடும் இருந்திருக்கிறார்.

முகாம் வாழ்வில், பூச்சாணி கண்ணுற்ற கலவரங்கள், கொலைகள், தற்கொலைகள், துப்பாக்கிச்சூடுகளின் ரத்த சாட்சியமாக இந்நூல் பார்க்கப்படுகிறது. ஆக எழுத்தும் போராட்டத்தின் அம்சமாகிவிடுகிறது.

பூர்வகுடி மக்களை வனங்களுக்கும் மலைகளுக்கும் துரத்தி விட்டு, அவர்தம் நிலங்களை அபகரித்து, பிரிட்டனிலிருந்து குடியேற்றப்பட்ட குற்றவாளிக் கைதிகளுக்கு கையளிக்கப்பட்டு உருவான வெள்ளையின மக்களின் ஆஸ்திரேலியா, ஒரு கலைஞன் இலக்கியப் பரிசைப் பெற்று வருவதற்குக்கூட அனுமதி மறுக்கின்றது. இதுதான் பண்பாட்டின் மலர்ச்சிபோலும்.

அதே மானுஸ் ஐலேண்டிலுள்ள (Manus Island) இன்னொரு அகதி, சர்வதேச மனித உரிமைகள் விருதினைப் பெற்றுள்ளார். அவர் அப்துல் அஸிஸ் முகமத் (Abdul Aziz Muhamat), இலக்கம் QNK002 என்பதால், முகாமில் நன்கறியப்பட்டுள்ளவர். சூடானிலிருந்து தப்பிவந்துள்ள அகதி.

ஆஸ்திரேலிய அரசாங்கத்தின் குரூரமான புகலிடக் கொள்கையை அம்பலப்படுத்திய மைக்காக, ஜெனீவாவில் வழங்கப்படும 'மார்டின் என்னல்ஸ் (Martin Ennals)' விருதைப் *(2019)* பெற்றுள்ளார் இவர். 'ஆம்னெஸ்ட்டி இன்டர்நேஷனல்' உள்ளிட்ட பத்து சர்வதேச மனித உரிமை அமைப்புகள் இணைந்து அளிக்கும் விருது இது.

இவர் தனது குரலை வெளிப்படுத்தியது 'கார்டியன்' இதழின் Messenger podcast வாயிலாக *3,500* குறுஞ்செய்திகளை முகமத்திடமிருந்து வாட்ஸ் அப்பில் பெற்றுவந்த பத்திரிகையாளர் மைக்கேல் கிரீன், அவற்றைத் தொடர்ந்து கார்டியன் செய்தித்தாளில் வெளியிட்டுவர, அது உலகின் கவனத்தை ஈர்த்து, மனசாட்சிகளை உறுத்த, ஒரு விருதினை / எதிர்வினையைப் பெற்றிருக்கிறது.

"நாங்கள் வாழ்கின்ற நிலைமைகள் விவரிக்க முடியாதவை... மனிதாபிமானமற்றவை. குரூரமானவை. மிருகங்களைவிடவும் நாங்கள் மோசமாக நடத்தப்படுகிறோம். முகாமில் தங்கியிருப்பவர்கள் எண்களாலேயே குறிப்பிடப்படுவர். இந்த அமைப்பு என்னை

அறிந்திருப்பது இலக்கம் QNK002 என்பதாலேயே" என்று குறிப்பிடும் முகமத், **26** வயதான சூடான் நாட்டு இளைஞர்.

போரினால் சிதைந்த போயுள்ள தாயகம் சூடான், படகில் அவர் மேற்கொண்ட அபாயகரமான பயணம், முகாமில் நடந்த நண்பர்களின் மரணங்கள், சீர்கெட்ட முகாம் நிலைமைகள், தடுப்புக்காவல் வாழ்விலுள்ள குழப்பங்கள், விரக்திகளை வெளி உலகத்திற்கு அம்பலப்படுத்துவதாக இருந்துள்ளன முகமத் அனுப்பிய குறுஞ்செய்திகள்.

யுத்தம் நடந்துகொண்டிருந்த சூடானிலிருந்து தப்பி, புகலிடம் கோரிய இளைஞன், மிருகத்தைப் போலக் கூண்டில் அடைட்டுக் கிடக்கிறான். ஜனநாயகமும் நீதியும் உள்ளதாகக் கூறப்படும் நாடொன்றில்!

விகடன்தடம் - மார்ச் 2019

4. அழகும் அங்கதமும்

'நம்மில் பெரும்பாலானவர்களுக்குப் பெற்றோரை அல்லது தாத்தா - பாட்டியைத் தெரிந்திருக்கும். ஆனால் இன்னும் நாம் பின்னோக்கிப் போகிறோம் எப்போதும் மிகவும்தொடக்க நிலைக்கே நாமெல்லாம் போகின்றோம். நமது குருதியிலும் எலும்பிலும் மூளையிலும் ஆயிரக்கணக்கானவரின் நினைவுகளைக் கொண்டுள்ளோம்.'

- Naipaul, A way in the World

ஆக்ஸ்ஃபோர்டில் நைபால் படிக்கும்போது அவருக்கும் தந்தைக்குமிடையே தொடர்ந்து கடிதப் போக்குவரத்து நிகழ்ந்திருக்கிறது. நூறு கதைகளுக்கான ஆதாரங்களைக் கொண்டிருக்கும் தந்தை உடனடியாக எழுதத் தொடங்க வேண்டுமென்பது நைபாலின் வற்புறுத்தலாகவும்; இயல்பாகவும் வசீகரமாயும் கடிதம் ழுதுகின்ற நைபால், ஆக்ஸ்ஃபோர்டு மக்களைப் பற்றி ழுதினால், அக்கடிதங்களைத் தன்னால் தொகுத்து வெளியிட முடியும் என்பது நைபாலின் தந்தை சீபிரசாந்தின் நம்பிக்கையாகவும் இருந்தன.

இப்போது இக்கடிதங்கள் நைபாலினால் தொகுக்கப்பட்டு வெளிவந்துள்ள என்பது சுவையான செய்தி, பத்திரிகையாளராக விரும்பி நிராசையில் ஒதுங்கிப் போன தந்தையின் இலட்சியத்தை தன் வாழ்வில் வெற்றிகரமாக்கியவர் நைபால். தந்தையைப் போலவே அமர்வது, புகைப்பது, தாடியைத் தடவிவிடுவது என்று செய்து பார்த்த நைபாலுக்கு தந்தையின் ஆளுமை முன்மாதிரியாக இருந்திருக்கிறது.

நைபாலின் வல்லமையென்று அழகான ஆங்கிலத்தையும் பரிகாசத்தையும் சொல்லலாம். இவ்விரண்டும்தான் அவர் நாவல்களுக்கு உரமூட்டுபவை. வளம் தருபவை. அவரது நாவல்களில் முக்கியமானது 'A House for Mr. Biswas' சுயசரிதத்தன்மையிலான சில அம்சங்கள் சேர்ந்திருக்கும் ஒரு பெரிய நாவல் 590 பக்கங்கள். இந்தியாவிலிருந்து குடிபெயர்ந்து மேற்கிந்தியத் தீவுகளில் தங்கி வாழும் இந்தியக் குடும்பங்களின் வாழ்வை அடிப்படையாகக் கொண்டது. விளம்பர போர்டுகள் எழுதும் மோகன் பிஸ்வாஸ், பரபரப்பான கட்டுரைகள் எழுதும் பத்திரிகையாளனாகி, இடையில் கொஞ்ச காலம் அரசு அலுவலராகி, மீண்டும் பத்திரிகைத் தொழிலுக்குத் திரும்பி இறுதிவரையிலும் அதிலேயே நீடிக்கின்றான். பூஜ்யத்திலிருந்து தொடங்கும் பிஸ்வாஸின் மிகப்பெரிய கனவு சொந்தமாக ஒரு வீடு கட்டிக் கொள்வது. பல ரிச்சினைகளிடையே இரண்டுமுறை சிக்கனமான முறையில் இரண்டு வீடுகள் கட்டிக் கொண்டாலும் அவை. முதல் முறை புயல் வெள்ளத்தாலும், மறுமுறை நெருப்பாலும் அழிந்து போகின்றன. ஒருவழியாக கடன் வாங்கி தனக்கென இரண்டடுக்கு வீடொன்றை அவன் வாங்கி முடிக்கும்போது அதிக நாள் வாழ முடியாமல் போகின்றது. நெஞ்சுவலி வந்து, சிகிச்சை பயனளிக்காது போகவே இறந்துவிடுகின்றான். இறுதியில் உறவினர்கள் வந்துபோன பின் வேற்று இல்லத்துக்கு அவன் மனைவியும் குழந்தைகளும் திரும்ப வேண்டியுள்ளது.

செல்வாக்குள்ள குடும்பமான துளசி இல்லத்தில் பெண் எடுக்கும் பிஸ்வாஸ். மனைவி உள்ளிட்ட பல உறவினர்களாலும் பெரும் அவமானங்களை எதிர்கொள்ள வேண்டிவருகிறது. சரியான வேலையும் வருவாயும் இல்லாது புழுங்க வேண்டியிருக்கிறது. அவன் பிள்ளைகளும் கூட இப்புழுக்கத்தை தீவிரமாக்குகின்றனர். இதனால் பிஸ்வாஸின் வாழ்க்கை பெரும் காத்திருப்பாக இருந்து வருகிறது. பிள்ளைளை ஆளாக்க வேண்டிய காத்திருப்பாக, நல்ல வேலைக்கான காத்திருப்பாக, சொந்த வீட்டுக்கான காத்திருப்பாக இருக்கிறது.

வீடு வாங்குவது என்பது குடியிருத்தலுக்கான தேவையாக மட்டும் இல்லை. தனியொரு அடையாளம் சேர்க்கும் தன்மையாகவும் இருக்கிறது. தேசத்தையும் இனத்தையும் மொழியையும் தாண்டியதொரு சூழலில் வாழ நேர்பவனுக்கு உண்டாகும் சிக்கல் இந்த வகையில் விவரிக்கப்படுகிறது. சொந்த வீட்டில் கால் வைப்பது, சொந்த மண்ணில் கால் வைக்கும் காரியமாகிறது.

பிஸ்வாஸ் எப்படிப்பட்ட அணுகுமுறை கொண்டவன், எத்தகைய பண்பு நலன் பெற்றவன் என்பதற்கு ஓரிடத்தைச் சுட்டிக் காட்டலாம்.

மனைவி குழந்தைகளுடன் மாமனாரின் வீட்டில் சுயமரியாதை இல்லாது வாழ்வது சகிக்க இயலாதுபோய், வீட்டைவிட்டு வெளியேறும் பிஸ்வாஸ், பக்கத்து நகரில் தன் மைத்துனன் வீட்டில் தங்குகின்றான். உடல் அவஸ்தையாலும் மன அவஸ்தையாலும் அல்லல்படும் அவனை மருத்துவர் ஒருவரிடம் பரிசோதித்து வருமாறு அனுப்பி வைக்கிறான் மைத்துனன்.

மருத்துவமனையில் வரவேற்புப் பணியாளராக சேவகம் புரியும் சீன நாட்டு மாதின் முகத்தைப் பார்த்ததும் மீன் போன்ற மூஞ்சி என்று எண்ணமிடும் பிஸ்வாஸ். தன்னையறியாமலேயே உதடுகளால் உச்சரித்தும் விடுகிறான். இதனைக் கேட்டுவிடும் அம்மாது எரிச்சலடைந்து காக்க வைத்துவிடுகிறாள். தன்னிடம் மூன்று டாலர்கள் மட்டுமே வைத்துள்ள பிஸ்வாஸ், இத்தகைய மருத்துவமனையில் சிகிச்சை பெற அது போதாது என்று உணர்ந்து, தனக்கு ஒன்றுமில்லை என்று கூறி கிளம்ப முற்படுவான். அப்போது கிராமத்து மருத்துவர் அளித்திருந்த கடிதத்தைத் திருப்பிக் கொடுக்க அச்சீன மாது முன்வரும் போது, ‘நீயே வைத்துக்கொள். கோப்பில் வைத்துக் கொள் எரித்து விடு. விற்றுவிடு’ என்று கூறுவாள். வெளியே வந்ததும் மனத் தகிப்பை இதமான காற்று சற்று தணிவிக்கும். வயிறு எரிவது போன்று இருக்கும்.

சுதந்திரமாக இருந்து வந்தோம் என அவன் உணர்ந்தது பொய். கடந்த காலத்தை ஒதுக்கியெறிய இயலாது அது போலியானதல்ல; அது அவனுள்ளேயே இருந்து வருகிறது... (பக். 314-316)

பிஸ்வாஸிடம் உள்ள பரிகாச உணர்வு ஒருவகையில் அங்கதமாகவும் இன்னொரு வகையில் கிண்டலாகவும் ஆகி விடுகிறது. வாழ்வின் துயரங்களை வேதனைகளைத் தாங்கிக்கொள்ள உதவினாலும், மனிதர்களிடம் ஒட்டிக் கொள்ள சேர்ந்துகொள்ள, இயலாத தாக்கிவிடுகிறது. இந்தப் பண்பு பிஸ்வாஸின் மகன் ஆனந்திடமும் படிந்து விடுகிறது. அவனிடம் வெறுப்பாகவும் மாறிவிடுகிறது. அங்கத உணர்வு அநீதமாகும் போது எங்கே கொண்டு போய்ச் சேர்க்கும் என்பதை நைபாலே உணர்ந்திருக்கிறார்.

"அவரது நூல்கள் அங்கத்தைத் தாண்டிப்போக இயலாதவை. அங்கதம், கற்பனைப் படைப்பில் பயனுள்ள அம்சமாக இருககக் கூடியதாயினும், அங்கதத்தை மட்டும் நம்பியே எந்த ஒரு முக்கிய படைப்பும் இருந்திட இயலாது. அத்தகைய எழுத்தாளர் அடிமைப்பட்ட நாட்டவராய், தன் கலாச்சாரப் பின்னணி குறித்து அவமானம் கொள்பவராயிருந்து, சந்தேகத்திற்குரியதான மதிப்புகளுடைய மேலான பண்பாட்டு உச்சங்களையடைய பைத்தியமாகத் திரியும் போது, அங்கதம் ஒரு புகலிடமாகவே தோன்றுகிறது. தன்னைத் தீவிரமாக கருதப்பட நினைக்கும் எழுத்தாளருக்கு அது மிகவும சொற்பமான புகலிடமே என்பார் ஜார்ஜ் லேமிங்."

A Bend in the River, the Mystrie Masseur Miguel Street, The Mimic Men போன்ற படைப்புகளையும் தந்திருக்கும் நைபால் தொன்னூறுகளில் நாவலுக்கான இடம் குறித்து கேள்வி எழுப்புகிறார். இனி நாவலுக்கான இடம் இலக்கியத்தில் இல்லை என்கிறார். பிரிட்டனின் அடுத்த கலை வடிவம் திரைப்படமே என்று குறிப்பிடுகிறார். அவரது 'A way in the world' நூலினை ஒரு நாவல் என அவரது வெளியீட்டார் குறிப்பிட விரும்பிய போது, இவரோ அதனை 'A se¹uence' என்றார். **1994**இல் வெளியான இந்நூலைப் போன்றே அவரது பல பயண நூல்களும் வகைப்படுத்துவதில் சிக்கல்களைத் தோற்றுவிப்பவை. பட்டுக் கத்தரித்தாற்போல தெளிவாகப் பிரித்துவிட முடியாதவை.

ஸ்படிகத் தெளிவுடன் அழகியதும் பழுதற்றதுமான ஆங்கிலம். அவரது **40** ஆண்டுகால எழுத்து வாழ்வில் அவரது

தனித்தன்மைகளுள் ஒன்றாக இருந்து வந்தது. அது போலவே அவரது அங்கதமும், ஆனால் இவையிரண்டை மட்டுமே வைத்துக் கொண்டு நாவலின் அனைத்து அம்சங்களையும் எதிர்கொண்டு விட முடியாது. அதுபோலவே வாழ்க்கையோட்டத்தின் வரலாற்றுப் போக்கின் சவால்களையெல்லாம் வெற்றி கொண்டுவிட இயலாது. இதனால் தான் நாவலில் புதிதாகக் கண்டறிய ஏதுமில்லை என்னும் விளிம்பு நிலைக்குப் போகிறார். இது நைபாலின் சிக்கலேயொழிய நாவலில் சிக்கலில்லை.

அங்கதத்தைப் பயன்படுத்துபவனுக்கு, வெறுப்பதற்கு ஒன்று தேவை. திசை விலகும் அக்கண்ணாடியை உண்டுபண்ணி, நம்மைத் தவிர்த்து மற்றவர்களது முகங்களையெல்லாம் கண்டு கொள்வோம் - என்று ஸ்விப்ட் எண்ணினார். நைபாலைப் பொறுத்த வரை மற்றவரது, முகங்களையும் கோணல் மாணலாகவே காண முடிந்திருக்கிறது.

'A House for Mr. Biswas' நாவலுக்குப் பிறகு அவர் ஓரளவு குறிப்பிடும்படியாக சாதித்திருப்பது 'A way in the World' நூலில், இதனை நாவல் என்பதா என்பதில் வெளியீட்டாளருக்கும் அவருக்குமிடையே சிக்கல். இதனால் இந்நூலை 'A Naipaul' என்றே அழைக்கலாம் என்கிறார் டி.ஜி. வைத்திய நாதன் நாம் குழந்தையா யிருந்து வளரும் போது பார்த்து மங்குவதும், வயதாகையில் குழந்தையிலிருந்து பார்த்ததை ஒருங்கிணைத்துக் கொள்வதும் நிகழ்கிறது. 'இது மக்களைப் பற்றியது. அபிப்பிரயங்களைப் பற்றியதல்ல. இது கதைகளின் நூல்' என்று நைபால் குறிப்பிடுகிறார்.

நைபால் பிறந்து வளர்ந்த பிரதேசமான மேற்கிந்தியத் தீவுகளுக்குச் சென்று தேடி பிரிட்டன் திரும்பும் போது தன் முடிவை எதிர்கொள்ள வேண்டியிருந்த சர்.வால்டர் ராலே பற்றியும், மேற்கிந்திய தீவுகளைச் சேர்ந்த புரட்சியாளர் ஃப்ரான்சிஸ்கா மிராண்டா பற்றியும் புதிய கோணத்தில் விவரிக்கிறார் இந்நூலில். இதற்கு முன் இவர்களை வில்லன்களாக கருதியிருநத இவர் இந்நூலில் சோகநாயகர்களாக கருதுகின்றார். கிடைத்துள்ள புதிய ஆவணங்களின் அடிப்படையில் மீண்டும் மீண்டும் நோக்குவதும,

திரும்பத் திரும்பிப் பரிசீலிப்பதும் நைபாலின் சிறப்பு. அதே வேளையில், இன்னொரு சலசலப்பையும் உண்டாக்கி விடுவார். நாவலுககு இனி இடமில்லை என்று.

இந்தியாவிலிருந்தும் ஆப்பிரிக்க நாடுகளிலிருந்தும் லத்தீன் அமெரிக்க தேசங்களிலிருந்தும் நவநவமான நாவல்கள் வந்து கொண்டிருக்கையில், புதுப்புதுமொழி ஆளுமைகளில் புதுப்புது கதையாடல்கள் நிகழ்த்தப் படுகையில், எழுத்தில் அதிகபட்ச இலக்கிய வடிவமாக கற்பனைப் படைப்பு இல்லை அது முடிந்து விட்டது என்று தீர்ப்பிட்டுக்கொண்டிருப்பவர் நைபால் மட்டுமே.

II

நைபாலின் நாவல்களுக்கு அடுத்த படியாக இருப்பவை அவரது பயண நூல்கள். அந்தந்த தேசத்தின் அரசியல் பொருளியல் - கலாச்சார நிகழ்வுகளை நேரில் பார்த்தும், உரிய நபர்களைச் சந்தித்தும் அவர்களுடன் விவாதித்தும நைபால் எழுதியவை. அவரது மொழியின் அழகே இங்கும் அவருக்குக் கைகொடுக்கிறது. என்ன எழுதினாலும் பேசப்படக் கூடியதாக வைத்திருப்பது அவரது மொழியே. இஸ்லாமிய நாடுகளைப் பற்றி எழுதியிருக்கிறார். தான் பிறந்து வளர்ந்த மேற்கிந்திய தீவுகளைப் பற்றி எழுதியிருக்கிறார். தனது முன்னோரின் தேசமான இந்தியாவைப் பற்றி எழுதியிருக்கிறார்; இவற்றிலெல்லாம் கடுமையான அபிப்பிராயங்களும் விமர்சனங்களும் உண்டு. இவை காரசாரமான வாதப்பிரதி வாதங்களுக்கு இடம் தந்தன. தொடர்ந்து நிகழ்த்தப்படும் இச்சர்ச்சைகள் நைபால் தொடர்ந்து பேசப்படுவதற்கு ஏதுவாயின.

இந்தியாவைப் பற்றி அவர் எழுதிய நூல்களுல் ஒன்று ‘India Awounded Civilization’ என்னும் நூலில் விஜய நகரப் பேரரசின் அழிவு பற்றிப் பேசும் போது, அப்பேரரசு வெற்றி கொள்ளப்படுவதற் கெனக் காத்திருந்தது என்கிறார்.

விஜயநகரம் முழக்கிய இந்துமதம் ஏற்கனவே சிதைந்து விட்டிருந்தது. விஜய நகரம் அடிமைச் சந்தைகளையும் கோயில் தாசிகளையும் கொண்டிருந்தது. கணவனின் குடும்பத்து கௌரவத்தை நிலைநாட்டவும், முந்தைய பிறவிகளின் பாவத்திலிருந்து அக்குடும்பத்தைப் பாதுகாக்கவும் ‘சதி’ பின் பற்றப்பட்டது.

மானுடரைப் பலியிட்டது. ஒரு நீர்த்தேக்கம் கட்டப்படுகையில் கிருஷ்ண தேவராயர் சில கைதிகளைக் காவு கொடுத்தார்... உண்மையில் 16ஆம் நூற்றாண்டில் விஜய நகரம் வெற்றி கொள்ளப் படுவதற்காக காத்திருந்தது என்பது நைபாலின் குறிப்பு.

ஆனால், அதன் பின்னர் விஜய நகரத்தில் வேறெந்த எழுச்சியும், மலர்ச்சியும் துடிப்பும் இல்லை. அழிபாடுகளும் இடிபாடுகளும் சிதைவுகளுமாய் அப்படியே இருக்கின்றது. இந்தியா அதன் வெற்றியாளர்களிடமிருந்து தோல்விகளிலிருந்து மீண்டுவர வில்லை. அது பழமையில் தொல்பழககத்தில் பதுங்கிக் கொண்டது.

இதனால், ஜனநாயக முறையில், கல்வித் திட்டத்தில், கனவுகளில் இந்தியா படைப்பாக்க எழுச்சி கொள்ளவில்லை. இரவல் பெற்ற நிறுவனங்கள் இரவல் பெற்றவையாகவே இருக்கின்றன. ஓவியத்தில், கட்டடக்கலையில் ஐரோப்பிய உத்திகளும் தொழில் நுட்பமும் கண்ணை உறுத்துகின்றன. இந்திய மரபுடன் தொடர்பு கொண்டனவாக இந்தியச் சூழலுக்குப் பொருந்தும் வகையில் கலை வடிவங்கள் உருவாக்கப் படவில்லை.

“இந்தியர்வின் நெருக்கடி அரசியல் சார்ந்தோ, பெருளியல் சார்ந்தோ மட்டுமன்று. காயம்பட்ட தொன்மையான நாகரிகமானது தன் போதாமைகளை அறிந்து முன் செல்வதற்கான அறிவார்ந்த திராணி இல்லாதிருப்பது தான் இந்த நெருக்கடியாகும்.”

செயலூக்கமற்று பின்வாங்கிக் கொண்டு ஒதுங்கி இருக்கிறது இந்தியா என்னும் பதிலையே நைபால் தனது நூலில் அழுத்தமாகத் தருகிறார். ஒவ்வொரு நாளிலும் சடங்குகள், ஒவ்வொருவரின் வாழ்கைக் கட்டங்களிலும் சடங்குகள் வாழ்க்கை சடங்காய் இருக்கிறது.

தமிழ்நாட்டில் ஆதிதிராவிடர் எழுச்சி, மகாராஷ்ட்ராவில் சிவசேனா வெற்றி, வங்காளத்தல் நக்ஸலைட்டுகள் போராட்டம் என முக்கிய நிகழ்வுகளையெல்லாம் அலசி ஆராய்கிறார். சுதந்திரமடைந்த பிறகு பெருமளவிலான தலித்துகள் பௌத்தத்திற்கு மாறியதைக்கொண்டு மகாராஷ்ட்ராவில் இந்துக்கள் தம்

அடையாளத்தை உறுதிப்படுத்துவதன் அடையாளமே சிவசேனா எனவே சிவசேனாவின் எழுச்சியும் வெற்றியும் சாதகமானது என்று வரவேற்பார்.

'ஏப்ரல் 95இல் மகாராஷ்டிராவில் பாரதீய ஜனதாவும் சிவசேனாவும் வெற்றிபெற்றது. நிகழ்ந்திருக்க வேண்டிய ஒன்று, நல்லதொரு அறிகுறி, பதற்றத்துக்கான விஷயமில்லை. மண்மீது உரிமை பாராட்டும் ஓர் இயக்கத்தின்பால் அனுதாபம் கொள்ள வேண்டும். அது பாசிசமானது என்று ஒதுக்கக் கூடாது' என்பார்.

நக்ஸலைட் பிரச்சினையைப் புரிந்து கெ ாள்ள அவருக்கு உதவுபவர் விஜய் டெண்டுல்கர். வங்காளத்தில் நக்ஸலைட்டுகள் எழுச்சி காளி வழிபாட்டுடன் குழம்பிப்போய் விட்டது. பல நக்ஸலைட் கொலைகள் சடங்குத்தன்மையிலானவை. பலியை வரையறுக்க மாவோயிஸம் பயன்படுத்தப்பட்டது என்பது டெண்டுல்கரின் ஆராய்ச்சி முடிவு.

"பிரச்சினைகளை விடவும் தீர்வுகளை நன்கறிந்த இளைஞரின் சமகால ஆய்வு வரலாற்று அறிவு ஏதுமற்ற இளைஞரின் இயக்கமான நகசல அமைப்பு அறிவார்ந்த சோகநாடகம் இலட்சியவாதம், அறியாமை, பாவனைகளின் சோகநாடகம்" என்பது நைபாலின் ஆராய்ச்சி அறிக்கை!

இடதுசாரி தத்துவத்தில் இம்மியளவும் நம்பிக்கையற்ற நைபால், தன் பார்வையில் விஷயங்களை ஆராய்வதில் தவறில்லை. ஆனால், சமூக பொருளியல் சூழல்களில் வைத்து ஓர் இயக்கத்தின் நிறைகுறைகளை மதிப்பிடாமல், ஒருவர் காளி வழிபாடென்பதும் இன்னொருவர் அறிவார்ந்த சோகநாடகமென்பதும் பரபரப்பான பத்திரிகையியலாகலாம். அறிவார்ந்த உரையாடலாகாது.

இந்தியா மட்டுமல்லாது எனைய குடியேற்ற நாடுகளையும், நைபால் இப்படிப்பத்தான் பகுத்தாராய்கிறார். அந்நாடுகளின் அறிவார்ந்த சோகை மட்டுமே அவருக்குப் புலப்படுகிறது. ஆண்டாண்டு காலமாக அடிமைப்படுத்தி வைத்திருந்த பிரிட்டனின் சுரண்டல் பற்றி ஒரு வரி விமர்சனம் கூட இருக்காது. இஸ்லாமியரால் ஏற்பட்ட அறிவு பற்றிப் பேசும் அவர் பிரிட்டிஷாரால் உண்டான

நாசங்களைப் பற்றிப் பேச வாயெடுக்க மாட்டார். இந்த தேசங்களின் பின்னடைவுக்கு ஆதாரமான அந்த நிகழ்வைப் பற்றிப் பேசாத ஒருவரின் ஆய்வுகள் உண்மையைப் புலப்படுத்திட முடியுமா?

மார்க்ஸியம் வேண்டாம் இடது சாரித் தன்மையிலான எந்தப் போராட்டத்தையும் அனுதாபத்துடன் அணுகாத பழமைவாதப் பிற்போக்காளரான இவர், சித்தாந்தம் இல்லாததே இந்தியாவின் தோல்விக்குக் காரணம் என்று ஆய்வு செய்வார்.

'இந்தியா சித்தாந்த மில்லாதது - அதுவே இந்தியாவுக்கும் காந்திக்குமான தோல்வி. அதன் மக்களுக்கு அரசு பற்றியும் கடந்த காலம் குறித்த வரலாற்றுணர்வு பற்றியும் இந்துமத நம்பிக்கைகளைத் தாண்டிய விதத்திலான ஓர் அடையாளம் பற்றியும் ஒன்றும் தெரியாது.'

இந்தியா பற்றியும் இந்த மதம் பற்றியும் விமர்சிக்க நிறையவே உண்டுதான்; ஆனால் பைநால் மாதிரியான விமர்சனங்கள் பரபரப்பை வேண்டுமானால் தரலாம்.

இந்தியாவைப் பற்றி எழுதும் போது அவர் மனம் திறந்து விவாதிப்பது ஆர்.கே. நாராயணனை மட்டுமே. அவரை மிகவும் ஈர்த்த எழுத்தாளர் ஒருவர் உண்டென்றால் அவர் நாராயணன் மட்டுமே. நாராயணனின் எழுத்துலகம் பற்றி விலாவரியாகவே பேசுவார்.

'........எழுத்தாளர் என்ற வகையில் அநேகமாக அவர் வெற்றி பெற்றிருந்தார். அவரது கேலிப் படைப்புகள், மிகவும் வரம்புக்குட் பட்ட சமூக அமைப்பையும் வரையறுக்கப்பட்ட விதிகளையும் பற்றியவை; அவரது எழுத்து நேரிடையானது, மென்மையானது, இந்தியப் பாணி ஆங்கிலத்தில் எழுதினாலும், விநோத / விசித்திர விஷயங்களை சாதாரணமாக தாக்குவதில் வெற்றி பெற்றவர். கற்பனைப் பிரதேசமாக அவர் உருவாக்கியுள்ள சிறுநகரம் கலை உருவாக்கமே.... ஆனால் யதார்த்தம் மிகவும் குரூரமானது. அவரது நூல்களில் இந்தியா எளிதானதாயிருக்க, இந்தியாவிலோ அது மறைந்து கிடக்கிறது. நாராயணனின் கலகத்துக்குள் நுழைய வேண்டுமானால் .... முரண்சுவைமிக்க அவரது எழுத்தில் புக

வேண்டுமானால், அவரது கிண்டலை ருசிக்க வேண்டுமானால், பார்க்க கூடிய பலவற்றை உதறித்தள்ள வேண்டும். என்னில் பெரும்பாலானதை உதறித்தள்ள வேண்டும். எனது வரலாற்றுணர்வையும் மானுட சாத்தியப்பாடு குறித்த சாதாரண விஷயங்களையும்.'

(A Wounded civilization. PP. 21)

நாராயணன் பற்றி எழுதுவது நைபாலுக்கு பல விதங்களிலும் பொருந்துவதாயிருப்பது மிகவும் ருசிகரமானதே.

ஒட்டுமொத்தமாக இந்தியாவைப் பற்றின ஒரு சாதக அம்சமாக அவர் காண்பது.

"தன் சீரழிவுகள், கொமைகளைத் தாண்டி, மிகவும் கண்ணியம் கொண்ட, அழகும் நயமும் மிக்க மக்களை நிறையவே உண்டுபண்ணியிருக்கிறது இந்தியா அதிகப்படியான வாழ்க்கையை உண்டாக்கி, வாழ்வின் மதிப்பை மறுதலித்தபோதிலும், நிறைய பேரிடத்தல் தனிச்சிறப்பான மானுட மேம்பாட்டை அனுமதித்தது. இந்தியர்களை அறிவென்பது, மக்கள் என்றவகையில் குதூகலம் கொள்வதாகும்; ஒவ்வொரு எதிர்கொள்ளலும் ஒரு சாகசமாகும்…"

துபேக்களும் திவாரிகளுமான பிராமண சமுதாயத்தைச் சேர்ந்த ஒருவர் உ.பியின் குக்கிராமம் ஒன்றிலிருந்து பிழைப்பதற்காக மேற்கு இந்தியத் தீவுகளின் டிரினிடாட் போய், சர்க்கரை ஆலையில் வேலையும் ஓய்வு நேரத்தில் புரோகிதமும் பார்த்தவர். சம்பாதித்து நிலைபெற்றபின் தன் கிராமத்துககு திரும்பி அடமானம் வைத்திருந்த 25 ஏக்கர் நிலத்தை மீட்டார். கோயில் ஒன்றைக் கட்டி வைத்தார். பின், கிராமத்து வீடு மாதிரியான அமைப்பிலேயே டிரினிடாடில் ஒரு வீடு காட்டிக் கொள்கிறார். இவரது வம்சாவளியில் வந்த நைபால் டிரினிடாடிலேயே பிறந்தவர். இந்த முன்னோரைப் பற்றிக் குறிப்பிடுகையில் "இந்திய சசிறு கிராமமொன்றைச் சுமந்தபடியே இருக்கிறார், டிரினிடாடை ஏற்றுக் கொள்ளவில்லை" என்பார்.

1964இல் இந்தக் கிராமத்துக்கு வந்து பார்த்தபோது கூட நைபாலினால் அடையாளப்படுத்திக்கொள்ள முடியவில்லை.

சா. தேவதாஸ்

சொந்தங்கொண்டாட முடியவில்லை. ஓர் அந்நியத் தன்மையுடனேயே சுற்றிப் பார்க்கிறார். மதத்தை ஒதுக்கி வைத்தது. நம்பிக்கை இல்லாதது, இந்தி தெரியாதது போன்றவற்றுடன் வேறெதுவோ ஒன்றும் அவரை அந்நியமாக்கிக்கொண்டே இருக்கிறது. அது எது? அடிமை நாடாயிருந்து விடுதலைப்பெற்று வளர்ந்திருக்கும் இந்தியாவின் வெற்றியினையும் அவரால் உணர இயலவில்லை. குடியேற்ற நாடான இங்கிலாந்தின் வெற்றியினையும் உணர இயலவில்லை என்ற வருத்தம் மேலிடுகிறது. இதுதான் அது.

தன்னுடைய பிரச்சினையை / சிக்கலை இந்தியாவில் வைத்துக் காணும் நைபாலிடம் உண்டாகும் நிறைவின்மையும் வெறுமையும், ஆத்திரங்களாக / கண்டனங்களாக வெடிக்கின்றன. இந்தியா இருட்பிரதேசமாகத் தோன்றுகிறது. அவரது கற்பனைப் பிரதேசமான இந்தியா, இமயமலையின்கணவாய்போல, வெளிவந்த உடனேயே இருளில், மர்மத்தில் புதையுண்டு போகிறது. காஷ்மீர், இடைக்காலத்து நகரமாக நின்றுபோகிறது. டில்லியின் திட்டமிடப்பட்ட நிர்மாணம், துடிப்புமிகு வாழ்தலுக்கானதாய் இல்லாது, நினைவுச் சின்னங்களாய், படங்களில் காணப்படும் அலங்காரமாய் இருக்கிறது. சில சமயங்களில் அவரது எழுத்து மிகையான பதிவுகளாய் நிதானமற்ற எதிர்வினைகளாய் இருந்து விடுகிறது. சில சமயங்களில் அவரது எழுத்து தீவிரமான பதிவை விட்டுச் செல்லும். இந்தியா வந்து சென்றபோது அவரிடம் சற்றே நெகிழ்ச்சியை உண்டுபண்ணியது அமர்நாத் யாத்திரை மட்டுமே.

இந்தியாவின் திறனும் திராணியும் அதன் எதிர்மறை கருத்தாக்கத்திலே இருந்து கிடைத்தவை. பரிசீலிக்கப் பெறாத காலத் தொடர்ச்சியிலிருந்து கிடைத்தவை. இக்கருத்தாக்கம் ஒருமுறை நீர்த்துப் போய்விட்டால் பின்னர் தன் சிறப்பை இழந்து நிற்கும். இந்தியத் தன்மை என்னும் கருதுகோளில் காலத் தொடர்ச்சி என்பது காணாது போய்விட்டது. படைப்பாக்க உந்துதல் தோற்றுவிட்டது. காலத் தொடர்ச்சிக்குப் பதிலாக அசைவின்மை கிடைத்திருக்கிறது. அதுவே, 'தொன்மைப் பண்பாட்டில்', கட்டிடக்கலையில் உள்ளது.... அதுவே குருக்ஷேத்ராவிலுள்ள உயிரற்ற குதிரைகளிலும் தேரிலும் உள்ளது. சிவன் நர்த்தனமாடுவதை நிறுத்திவிட்டான்.

பாகிஸ்தானியர் தம் வரலாற்றை எழுதும் போது முகமது நபியின் பிறப்பிலிருந்து தொடங்குகின்றனர். இந்தியத் துணைக் கண்டத்துடன் அதற்கு எந்தவிதத் தொடர்பும் இருந்து வந்ததாகத் தெரியவில்லை. காந்தியைப் பற்றிக் குறிப்பிடாமலேயே விடுதலைப் போராட்டம் பற்றி எழுதுகின்றனர். ஆக, வரலாறு என்பது மக்களால் செய்யப்படும் வித்தையாகி விடுகிறது என்று பாகிஸ்தானிய வரலாற்றுணர்வைச் சாடும் நைபால், ஆய்வும், பரிசீலனையும் தொடர்ந்து மேற்கொள்ளப்பட வேண்டுமென்பதை மிகவும் வற்புறுத்துவார்.

விசாரணை, கண்டுபிடிப்பை உள்ளடக்கியதாகும். 'Mutinies' போன்ற புத்தகம் தொடர்ந்த கண்டுபிடிப்பாகும். குறிப்பிட்ட தொரு கணத்தில் பண்பாடு குறித்த ஓர் ஆய்வாக அது இருக்கும் எனக் கருதுகின்றேன். நாளாக நாளாக அது இன்னும் நன்றாக இருக்கும். காலத்தினின்றும் மக்கள் தன்மை தொலைவில் நிறுத்திக் கொள்கையில், அது சுவையானதாகின்றது. அது துல்லியமாக நோக்கப் பட்டிருப்பதால், நிகழவிருக்கும் பல அம்சங்களை அது உணர்த்தக் கூடியதாயிருக்கும். தத்துவார்த்த பார்வை எதனையுமே/ ஒருங்கிணைக்கும் கருத்து எதனையுமே நாம் முன் வைக்கவில்லை. தனையும் நிரூபணம் செய்யவில்லை. அது வெறுமனே விளக்கிச் செல்கிறது....

"An Area of Darkness" "A wounded Civilization" ஆகிய அவரது முந்தைய நுல்களை விடவும் "A Million Mutinies Now" நூல் கடுமை குறைந்து அனுதாபம் மிகுந்திருந்தது.

அவரது நாவல்களிலும் பயண நூல்களிலும் இடம் பெறுகின்ற இன்னொரு அம்சம்: நினைவுகள் பற்றியும் கடந்த காலம் பற்றியும் அவர் இணைத்துச் செய்கின்ற சொல்லாடல். அந்தக் கணத்திற் கேற்றவாறு வடிவத்தையும் வண்ணத்தையும் மாறியவாறு அல்லது அக்காலத்தில் மேலோங்கியிருக்கும் உணர்வோட்டத்திற்கேற்ப மாறியவாறு, நினைவு வரலாற்று ரீதியில் அமைகின்றவாறே. நிகழ் காலமும் எதிர்காலமும் கடந்த காலத்தின் துண்டு துணுக்குகளால் உருவாக்கப்படுகின்றன. இறந்த காலம் என்பது இறந்து விடவில்லை. இன்னும் அது கடந்து விடவில்லை என்பார் வில்லியம் ஃபாக்னர்.

III

போலந்து தேசத்தவாரான ரூத் பிரவார் ஜாப்வலா, இந்தியர் ஒருவரை மணந்து கொண்டு இந்தியாவிலேயே தங்கி தனக்கே உரிய ஆங்கிலத்தில் நாவல்கள் எழுதியபோது அவரது நாவல்கள் ஜேன் ஆஸ்டின் நாவல்களைப் போலுள்ளன எனப் போற்றப்பட்டன. மெர்சண்ட் ஐவரியால் பட மாக்கப்பட்டன. அவரே அமெரிக்கா போய் தங்கிய பிறகு அமெரிக்கருடன் தன்னை அடையாளப் படுத்திக் கொண்டவராய் எழுதியபோது அவரது நாவல்கள் வெற்றி பெறவில்லை. இந்தியருடன் அடையாளப்படுத்தப்படுத்திக் கொள்ளாமல், இந்தியாவுக்கேற்ற ஆங்கிலத்தில் எழுதினார். பிரிட்டானிய ஆங்கிலத்தில் எழுதவில்லை. ஆனால், அதே மொழியில் அமெரிக்காவை பற்றி எழுதும்போது எழுத்து சிறக்கவில்லை மொழி என்பது மக்களுடான ஜீவித உறவிலேதான் தங்கியிருக்கிறது. அந்த ஜீவித உறவு இல்லாதபோது மொழி மூலம் தொடர்புறுத்துவதும் சொல்லாடல் நிகழ்த்துவதும் இயலாது போகிறது.

இந்தச் சிக்கல் நைபாலுக்கும் நேர்ந்தது. அவர் சுயசரிதைப் பாங்கிலான நாவல்கள் எழுதியபோது ஈர்க்கப்பட்டார். பயண நூல்கள் எழுதிய போது பரபரப்பாக பேசப்பட்டார். ஆனால் இங்கிலாந்து நாட்டின் சமூக வாழ்வை 'Mr Stone and the Knight's comppanian' நூலில் விவரிக்க முற்பட்டபோது தோற்றுப்போனார்.

அதுமட்டுமல்ல, தன் பூர்வீக தேசமான இந்தியாவைப் புரிந்து கொள்வதிலும், தான் பிறந்து வளர்ந்த மேற்கிந்தியத் தீவுகளைப் பற்றிய புரிதலிலும், ஏன் மூன்றாம் உலக நாடுகளைப் பற்றி விவரிப்பதிலும், அவருக்கு இந்தச் சிக்கல் எழுகின்றது. இதனை அவரால் விடுவிக்க இயலாது போய் விடுகிறது.

இந்திய எழுத்தாளரில் ஆர்.கே நாராயணனைக் கொண்டாடும் நைபால், ஐரோப்பியரில் பெரிதும் விரும்புவது ஜோசப் கான்ராடை போலந்துக்காரரான கான்ராட், இருபதாண்டு காலம் மாலுமியாய் திரிந்தவர். இந்த அனுபவங்களுக்குப் பிறகு இங்கிலாந்தில் தங்கி எழுதத் தொடங்கியவர். குடியேற்ற நாடுகளது மக்களது போக்கையும் வெள்ளையரது போக்கையும் நேர் எதிராக

வைத்து விவரித்தவர். காலனியாதிக்கம் முடீயும் தருவாயில், எஞ்சியிருக்கும் வெள்ளையரின் கலவரம் சூழ்ந்த பிரதிபலிப்புகளை எழுத்தில் பதித்தவர். கான்ராட் நைபாலுககு அறிமுகமானது அவரது தந்தை மூலமாக, அவரது தந்தைக்குப் பிடித்தமான எழுத்தாளர் கான்ராட், பொதுவாக கான்ராடின் நாவல்கள் விஸ்தாரமான விளக்கவுரை கொண்ட சாதாரண திரைப்படங்கள் போன்றவை என்பார்.

கான்ராட் மீதான ஈர்ப்புக்கு ஓர் உள்ளார்ந்த காரணமும் உண்டு என்பதை நைபாலே குறிப்பிடுகிறார்.

காலனிய நாட்டில் இருப்பது ஒரு பாதுகாப்பினை அறிந்து கொள்வதாகும். நிலைத்து விட்டதான ஒருலகில் வாழ்வதாகும். வரலாறு அல்லது பின்புலத்தின் விபத்துகளால் தாக்கப்படாது. எழுத்தாளர் என்ற வகையில் புனைவியலானதொரு தொழிலை மேற்கொள்ள முடியும் என்று இங்கிலாந்துக்கு வந்து சேர்ந்ததாக கருதிக் கொள்கிறேன். ஆனால் புதுப்பிரதேசத்தில் என்காலடிக்குக் கீழிருந்த பூமி விலகியதாக உணர்ந்தேன். புதிய அரசியல், நிறுவனங்களின் மீது விசித்திரமான வகையில் மனிதர் சார்ந்திருந்தது, நம்பிக்கைகளின் எளிமை, நடவடிக்கைகளிலிருந்த மோசமான எளிமை, லட்சியங்களிலிருந்த கோளாறுகள், அரைபாதியாக முடிந்து போவதற்கென்றே விதிக்கப்பட்ட அரைபாதிச் சமூகங்கள், இவையே என்னை ஆடகொள்ளத் தொடங்கின. இவற்றினின்றும் என்னை விடுவிக்க இயலவில்லை. அறுபதாண்டுகளுக்கு முன்னர், மாபெரும் அமைதி நிலவிய காலத்தில் எனக்கு முன எல்லாவிடத்துக்கும் போயிருந்தார் கான்ராட். இலட்சியங் கொண்ட மனிதராக அல்லாமல் தரிசனம் ஒன்றை வழங்குபவராக....

கான்ராட் பற்றிப் பேசுகையில் நாவல் வடிவம் குறித்து விவாதிக்கிறார்.

“கடந்த காலத்தின் மாபெரும் நாவல்களைப் படித்த மாபெரும் சமூகங்கள் சிதறுண்டன. எழுத்து தனிப்பட்ட விஷயமாக, தனிப்பட்ட கவர்ச்சிகரமாக ஆகிவிட்டது. வடிவம்

என்ற அளவில் நாவலுக்கான இடம் இல்லாது போகிறது. உண்மையான சவால்களின் மீதல்லாத பரிசோதனை, சீரழிவை உண்டு பண்ணிவிட்டது. நாவலின் நோக்கம் குறித்து எழுத்தாளர் மற்றும் வாசகர் மனங்களில் பெரிய குழப்பம் நிலவுகின்றது.”

*1981*இல் இதனை எழுதும் போது, நைபாலுக்கு உண்டன நாவல் வடிவம் குறித்த அதிருப்தி, *90*களில் பிரகடனமாகவே வெளிவந்தது.

IV

காலனி ஆதிக்கத்திலிருநது விடுபட்டுள்ள மூன்றாம் உலக நாடுகள் மீதான நைபாலின் பொதுவான அணுகுமுறை எத்தகையது? இந்தியத் துணைக்கண்டம், இஸ்லாமிய நாடுகள், ஆப்பிரிக்க நாடுகள் எல்லாம் சுற்றிவந்திருக்கும் நைபாலின் பார்வை என்ன?

விடுதலை பெற்றுவிட்டாலும், கடந்த காலத்தின் ஆவிகள் இன்னும் அங்கே உலவுகின்றன. இதனால் நாகரிகப்பூச்சில் விரிசல் உண்டாகி, குழப்பமும், ஊழலும் நுழைகின்றன. ஏனெனில் பிரச்சனைகளுக்குத் தீர்வுகளகக் கண்டறியப்பட்டவை . பிரச்சினைகளாக மாறி விட்டன அல்லது போலியான தீர்வுகளாகி விட்டன. ஜனநாயகம், சோஷலிசம், புரட்சி என.

உலகம் துரிதமாக மாறிக் கொண்டிருக்கையில் கடந்த காலத்தின் பாடங்களிலிருந்து எதனையும் கற்றறிந்து கொள்ள இயலாது அரசியல் என்பது கானல் நீரைத் தேடிச் செல்லும் காரியம் என்றே உள்ளது. அது, அவர் தம் வாழ்க்கையினை மாற்றிக் கொள்ள வேண்டிய முயற்சியாக அமைய வேண்டும். அது நிகழ்வதில்லை...

இப்படித்தான் நைபாலின் பார்வையும் அணுகுமுறையும் உள்ளது. எனவேதான் அரசியல் - ொருளியல் - சமூகவியல் தளத்தில் எந்தப் புது ஒளியினையும் பாய்ச்ச இயலாது போய்விடுகிறது. கலாசார இழையை அறுத்தெறியும் அராஜகவாதிகள் மீதான நைபாலின் கோபம், இடதுசாரி கோபம், இடதுசாரி போராட்டம், இடதுசாரி அணுகுமுறை - எதனையுமே ஏற்றுக்கொள்ளாததால்,

ஆதிக்கவாதிகளுக்கு அணுசரணையானதாகி விடுகிறது. இது வரையிலும் ஆட்சி செய்தவர்களுக்கு, சுரண்டியவர்களுக்கு ஒடுக்கியவர்களுக்கு துணைபோய் விடுகிறது. இதன் காரணமாய் தன் பங்குக்கு அதுவும் கலாச்சார இழையை அறுத்தெறியவே செய்கிறது.

அனுதாபப் போக்கையும் எதிர்ப்புக் குரலையும் போராட்ட உணர்வையும் தியாகத்தையும் விரல்நுனியில் தள்ளி விடும் ஒருவரது அணுகுமுறையும் செயல்முறையும் எதற்குத் துணை போகும்?

எனவேதான் அரசியல் போராளிகள், இடதுசாரி விமர்சகர்கள் பார்வையில் நைபாலின் நடவடிக்கை ஒருவித கலாச்சார ஏகாதிபத்தியம் என்று தோன்றுகிறது.

“பிரக்ஞையின் பொறிகள் வெறுப்பாகவும், தன்னை மறப்பதாகவும், நிராசையாகவும் தன்னை அழிப்பதாகவும் மாறிவிட்டதாகத் தோன்றுகிறது.” என்றார் கிறிஸ் சீர்லே. சீர்லே மேற்கத்திய தீவுகளில் ஆசிரியராகப் பணியாற்றுபவர். கிரெனடாவில் புரட்சி நிகழும் போது, பத்திரிகையாளராக பார்வையிட்டு அமெரிக்கப் படைப் பிரிவு விமானத்தில் பாதுகாப்பாக வந்துபோய், ரூபர்ட் முர்டோக்கின் பரபரப்பு நாளேட்டுக்குச் செய்திக் கட்டுரை எழுதுபவராக நைபால், தார்மிக கோபங்கொள்ள என்ன இருக்க முடியும்? என்பது சீர்லேயின் கேள்வி.

கிரெனடா போராட்டத்தின் சாரம்சமாக நைபால் குறிப்பிட்டது.

“இப்புரட்சி மொழியைச் சார்ந்தது. ஒரு தளத்தில் அது பெரிய, மங்கிய வார்த்தைகளைப் பயன்படுத்தியது. இன்னொரு தளத்தில் மக்களின் மொழியைப் பயன்படுத்தியது. இப்புரட்சி சொற்களின் புரட்சியே. வார்த்தைகளே ஒளிவிளக்காக, கண்ணியத்திற்கான குறுக்குப் பாதையாகத் தோன்றின... ஆனால் வார்த்தைகள் பாவனை செய்தன. அவை மிகப் பெரியன. பொருந்திவரவில்லை. வார்த்தைகளாகவே இருந்துவிட்டன.”

இதற்கு சீர்லே தரும் விமர்சனம் :

"புரட்சிக்குள்ளாக மொழிக்குள் ஏதோ நிகழ்ந்து கொண்டிருப்பதையும் தம் இருப்பை மாற்றிக் கொண்டதன் மூலம் மாற்றியவர்களைப் பற்றியும் நைபால் தெளிவாகவே கண்டு கொண்டார். ஆனால், புரட்சியின் மரணம் குறித்து பீடிக்கப் பட்டிருந்த அவர், அதன் ஜீவனை ஏற்க மறுத்தார். சாதனையற்ற வார்த்தைகள், நடைமுறையில்லாத வார்த்தைகள் உற்பத்தி இல்லாத வார்த்தைகள், முன்னேற்றமில்லாத வார்த்தைகள் என அவர் வார்த்தைகளை வெற்றிடத்தில் வைத்துப் பார்த்தார். இதன் காரணமாக, அவரது எழுத்தே, வாழ்க்கை குறித்து கலவரப்படுவதாய், உருமாற்றத்திற்கு உறுதியளிக்கும் வார்த்தைகள் குறித்து பீதியுறுவதாய் ஆகிவிட்டது. இதுவே அவரது சோகம், அவர் ஏகாதிபத்தியத்திற்குப் பரிந்து பேசியதன் காரணம் அதுமட்டுமல்லாது, அவரது மிகப்பெரிய தவறுமாகும். மக்களின் மொழிவளர்ச்சிக்குக் குறுக்கு வழிகள் ஏதுமில்லை. அவர்களதது பொருளியல் - உலகியல் மேம்பாட்டுக்கும் குறுக்குவழிகள் இல்லை என்பதை அவர் அறிந்து கொள்ள வேண்டும்."

அவரது பயணநூல்களை / மூன்றாம் உலக நாடுகள் குறித்த விமர்சனங்களை 'Bitter dispatches from the Third World' என்று எட்வர்ட் செயித் குறிப்பிட்டதனையும் மனதில் கொள்ள வேண்டும்.

நோபல் பரிசு பெற்ற கவிஞரான டெரக் வால்காட்

"You spit on your people

Your people aplaud,

Your former oppressors laurel you, the thorns biting your forehead"

Are contempt

Disguise as concern

என்று நைபாலை மதிப்பீடு செய்தார்.

ஆதாரங்கள் :

1. India : A wounded civilization, V.S. Naipaul, Penguin Books, London, 1979.
2. The Return of Eva perum, V.s. Naipaul, Penguin, 1981
3. A House for Mr. Biswas, V.S.Naipaul, Penguin, 1981.
4. An area of Darkness, V.S. Naipaul, Penguin Books, 1981
5. Outlook, 23-3-98
6. Naippaulacity : a form of cultural imperialism, Chris searle - Race & Class, XXVI, 2, 1984
7. The Indian Express, 12.8.90, 2.4.95, 14.11.99.
8. The Hindu, 5.7.98, 4.7.99, 20.6.99, 21.8.94
9. The Sunday Times, 20-2-2000
10. V.S Naipaul's India, Dennis Walder, indian Literature, May-June, 1992
11. Casteist, Communalist, Racist, And Now, A Nobel Laureate - Meena Kandasamy, The Dalit, March - April. 2002.

ஆதி, மார்ச் 2004

5. அடிச்சீயின் நைஜீரியப் பாத்திரங்களும் பெண்ணியமும்

சமீபமாக தமிழில் மொழிபெயர்ப்புகள் கவனத்துடனும் அக்கறையுடனும் மேற்கொள்ளப்பட்டு வருவது நம்பிக்கை அளிப்பதாக இருக்கிறது. அடிச்சீ என்னும் நைஜீரியாவைச் சேர்ந்த எழுத்தாளரது கதைகள் மற்றும் நாவல் தமிழில் வெளிவந்து, புதியதொரு வெளிப்பாட்டு முறையை, கதையாடலை அறிமுகப்படுத்தியுள்ளன என்று சொல்லலாம். அவ்வகையில் அடிச்சீயின் "சிறுகதைத் தொகுப்பு உன் கழுத்தைச் சுற்றிக் கொண்டு இருப்பது" வடகரை ரவிச்சந்திரனின் மொழியாக்கத்தில் (பாரதி புத்தகாலயம் / ஆகஸ்டு 2018) வெளியாகி உள்ளது.

தமிழில் அடிச்சீயின் கதைகளை ஜி.குப்புசாமி அறிமுகப் படுத்தினார். ஊதாநிறச் செம்பருத்தி என்னும் நாவல் பிரேமின் மொழியாக்கத்தில் (அணங்கு பெண்ணியப்பதிப்பகம், 2016) வந்தது. தற்போது வடகரை ரவிச்சந்திரன் The Thing Around your Neck தொகுப்பிலுளள 12 கதைகளுடன் "மஞ்சள் சூரியனின் பாதி" என்னும் நீண்ட கதையையும் சேர்த்து இத்தொகுப்பை செறிவாகக் கொண்டு வந்துள்ளார். ஏற்கனவே அடிச்சீயின் ஒரு நேர்முகத்தையும் தமிழில் தந்துள்ளார் (புது எழுத்து - 15ஆம் ஆண்டு சிறப்பிதழ்). அடிச்சீ குறித்து எஸ்.வி.ராஜதுரை உயிரெழுத்தில் ஒரு கட்டுரை தந்துள்ளார்.

அடிச்சீயின் கதைகள் எவற்றையெல்லாம் பேசுகின்றன? எப்படிப் பேசுகின்றன? பொதுவாகச் சொல்வதானால், மரபுக்கும் நவீனத்திற்குமிடையிலான மாற்றம், பெற்றோருக்கும்

பிள்ளைகளுக்கும் இடையிலான தலைமுறை இடைவெளி, ஆப்பிரிக்காவுக்கும் குறிப்பாக, நைஜீரியாவுக்கும் அமெரிக்காவுக்கும் இடையிலான முரண்பாடு, ஆணுக்கும் பெண்ணுக்கும் இடையிலான உறவு நிலைச் சிக்கல்கள் பிரிட்டனின் காலனியாதிக்கத்தால் நைஜீரிய பண்பாட்டில் நிகழ்ந்த தாக்கம் என்பவற்றை விவரிக்கின்றன.

‘தனித்த அனுபவம்’ என்னும் கதையில் நைஜீரியாவில் ஒரு கலவரத்தின் போது தப்பியோடி மறைந்து பிழைத்துக் கொள்ளும் இரு பெண்கள் இடம்பெறுகின்றனர். இஸ்லாமியரின் புனித நூலை கிபோ கிறித்தவன் ஒருவன் அவமதித்து விட்டான என்று ஆவேசம் கொள்ளும் ஹாஸா முஸ்லீம்கள் செய்யும் படுகொலைகளால் இக்கலவரம். இவ்விருபெண்களில் ஒருத்தி ஹாஸா இஸ்லாமியரைச் சேர்ந்தவள், இன்னொருத்தி கிபோ கிறித்தவரைச் சேர்ந்தவள். கலவரத்தில் ஹாஸா இன்பெண்ணின் மகளும் இபோ இனத்தவளின் தங்கையும் கொல்லப்பட்டிருக்கலாம் என்பது உணர்த்தப்படுகிறது. இங்கே கிறித்தவப் பெண்ணுக்கு ஆறுதலளித்து தப்பிப்பதில் உறுதுணையாயிருப்பவள் இஸ்லாமியப் பெண்ணே.

இந்த மோதலை / மதக்கலவரத்தை அடிப்படை வாதிகளும் ஊடகங்களும் எப்படி அணுகின்றன, அடிப்படையில் மக்களின் நிலை என்ன என்பதையெல்லாம் நுட்மான சொல்லாடலில் கதையாடலில் அடிச்சீ வெளிப்படுத்துகிறார். தப்பி ஒளிந்திருக்கும் நிலையில், “அய்ந்து குழந்தைகள் பெற்றுள்ள இப்போது தான் மார்புக் காம்பு வலிக்கின்றது” என்று பேச்சுக் கொடுக்கிறாள் இஸ்லாமியப் பெண். இதே ரீதியில் பேசம் போது தான் இப்பெண்ணுடன் நெருக்கத்தை உணர்ந்து இவளுக்கு ஆறுதலளிக்க முடியும் என்றெண்ணி,

“எனது அம்மாவிற்கு இப்படித்தான் இருந்தது. ஆறாவது குழந்தை பிறந்தபோது அவளது மார்புக் காம்புகள் வெடிப்புற்றன. அதற்குக் காரணம் என்னவென்றும் அவளுக்குத் தெரியவில்லை அவளது தோழியொருததி தான் ஈரப்பதமிட்டுக் கொள்ள வேண்டும் என்று சொன்னாள்” (பக்.56) என்று கூறுகிறாள். ஆனால்

அதுபொய். ஏன் பொய்யுரைக்க வேண்டும்? பொய் சொல்லும் இயல்பில்லாத இக்கிறித்தவப் பெண், எப்போதேனும் பொய்யுரைக்க நேர்வது, நல்ல நோக்கத்தைக் கொண்டிருக்கும். இப்போது இருவரிடையே ஒரு பந்தத்தை உருவாக்கிக் கொள்வதற்காக, 'புனைவாக ஒரு கடந்த காலத்தை உருவாக்கிக் கொண்டுள்ளாள்.'

இரு மதங்களுக்கிடையில் பிரச்சனை / மோதல் என்றால் ஊடகங்கள் அதை அணுகுவதில், சிக்கலை ஏற்படுத்துகின்றதையும் அடிச்சீ வெளிப்படுத்துகிறார். இக்கலவரத்தை இனப்பகையின் அடிப்படையிலான மதக் கலவரங்கள் என பிபிஸி குறிப்பிட, "பிற்போக்குவாதிகளான வடக்கில் உள்ள ஹாஸா மொழிபேசும் முஸ்லீம்கள் முஸ்லீம் அல்லாதவர் மீது வன்முறையைத் தொடுக்கும் வரலாற்றைக் கொண்டுள்ளார்." என்கிறது 'கார்டியன்' செய்தித்தாள்.

இப்படி அடுக்கடுக்காக கட்டப்பட்டுள்ள யதார்த்தத்தைக் கலைத்துப் பார்த்து கூருணர்வுடன் துல்லியமாக அடிச்சீ முன்வைப்பது அதுவரை யாரும் முன்வைத்திராத உக்கிரமாக இருக்கிறது.

'நடுக்கம்' என்று ஒரு கதை. நைஜீரிய விமான விபத்து பற்றி, அமெரிக்காவிலிருக்கும் நைஜீரியப் பெண் செய்தியறிந்து கலக்கமடைகிறாள். பின்னர் அவ்விபத்தில் இறந்தவர்களுள் தன் காதலன் இல்லை என்பது தெரிய வருகின்றது. இப்போது அவளது உணர்வு நிலை மகிழ்ச்சி சார்ந்ததா என்பது உறுதிப்படவில்லை. ஏனெனில் அவன், இனிமேல் தன்னைச் சந்திக்க வேண்டாம் என இப்பெண்ணிடமிருந்து பிரிந்து சென்றிருந்தவன். இந்நிலையில் இவ்விஷயத்தை இப்பெண்ணுடன் விவாதித்துக் கொண்டிருப்பவன் அவளது அடுக்கத்தில் விசா அனுமதியின்றி ரகசியமாக குடியிருக்கும் அவளது நாட்டவன். அதிலும் தன்பால் நாட்டமுள்ளவன். பெந்தகொஸ்தே பிரிவினன். இவளோ கத்தாலிக்கப் பிரிவினள். இவ்வளவு நெருக்கடிகள் / பேதங்கள் தாண்டி, ஒரு கட்டத்தில் அவனை வெறுத்த அவளே, நேசிக்கத் தொடங்குவதாக முடியும்

கதை. எப்படிச் சாத்தியமாகிறது அது? சாத்தியப்படுத்துகிறார் அடிச்சீ. அல்லது அப்படிச் சாத்தியப் படுவதை கண்டுணர்ந்திருக்கிறார்.

அனுமதியின்றி இருக்கும் அவன் வெளியேற்றப்படாது இருக்க வேண்டும்; தன்பால் நாட்ட உறவில் உள்ள ஈடுபாடு எதிர்பாலின உறவுக்குத் தன்னை சரி செய்து கொள்ள வேண்டும்; தீவிர பெந்தெ கொஸ்தே சார்பு நிலை கத்தோலிக்க முறைக்குத் தன்னை மாற்றிக் கொள்ள வேண்டும். இருந்தும் இவையெல்லாம் சாத்தியப்படுத்தக் கூடியவையே என்ற உறுதிப்பாட்டுடன் அவன் கைப்பற்றி தன் தேவாலயத்திற்கு அழைத்துச் செல்கிறார்.

'பூவையின் பாடல்' கதையில், தன் காதலனுடன் அமெரிக்காவில் வசித்து வரும் நைஜீரியப் பெண்ணுக்கு அவன் ரகசியமாக தன் மனைவியுடன் நைஜீரியாவில் ஒர குடும்பத்தை நடத்துவது தெரிய வருகிறது. அதை ஏன் முன் கூட்டியே தெரிவிக்கவில்லை என்று அவள் கேட்கும் போது காதலன் மழுப்பவே, 'நீ ஒரு வேசி மகன்' என்று கூறி வெளியேறி விடுகிறாள். பல பலவீனங்களைச் சகித்துக் கொள்ளும் அடிச்சீயின் பெண்கள் முக்கிய தருணங்களில் தம் சீற்றத்தை / எதிர்ப்பை / எதிர்வினையை வெளிப்படுத்தத் தயங்குவதில்லை.

'சிறை எண் ஒன்று' செல்லங்கொடுத்து வளர்க்கப்பட்ட பேராசிரியர்களின் பிள்ளை கொள்ளைக்காரனாகி சிறைப்படுகிறான். சிறைவாசத்தின் போது, செய்யாத குற்றத்திற்காக சிறையிலடைக்கப் பட்ட முதியவர் ஒருவர் சித்திரவதைக் குள்ளாக்கப்படுவதைக் கண்டு சீற்றம் மிக்கவனாகி சிறைக் காவலர்களைத் தாக்கி விடுகிறான். சூழலால் குற்றவாளியாகி விடுபவனுக்குள் அசலான மனிதன் இருக்கவே செய்கிறான் இக்கதையில்.

நைஜீரியாவிலிருந்து புலம்பெயர்ந்து அமெரிக்காவில் உறவுக்காரர் வீட்டில் தங்கி பிழைத்துக் கொள்ளவரும் ஒருவள், அவர் தன்னை தவறாக அணுகுவது பிடிக்காது, சட்டென்று வீட்டை விட்டு வெளியேறி விடுகிறாள். குறைந்த ஊதியத்தில் ஒருவேலை தேடி, ஒரு காதலனையும் தனக்குப் பிடித்த விதத்தில்

அடைந்து விடுவது 'உன் கழுத்தைச் சுற்றிக் கொண்டிருப்பது' கதையாக உள்ளது. இந்த பதற்றங்கள் / நினைவுகள் தான் கழுத்தைச் சுற்றிக கொள்பவை. "இரவுகளில் ஏதோ ஒன்று உனது கழுத்தைச் சுற்றிப் படர்ந்து இறுக்கும். உனக்கு மூச்சுத் திணறும். நீ அப்படியே தூங்கிப் போவாய்."

இத்தொகுப்பிலுள்ள தலைசிறந்த கதை என்றால், அது 'மஞ்சள் சூரியனின் பாதி' தான். அறுபதுகளில் நைஜீரியாவில் இபோ மக்களது விடுதலைப் போராட்டமான பையாஃப்ரா போராட்டத்தை மையமாகக் கொண்டது. கதை சொல்லியான பெண்ணின் சகோதரன் பலியாகிறான். அவளுக்கு நிச்சயிக்கப் பட்டிருப்பவன் ஒரு கையை இழக்கிறான். இப்படிப் பலர் உயிர்த்தியாகம் செய்த ஒரு வீரப்போர் தோற்றுப் போனாலும் காதலும் வீரமும் இணைந்த ஒரு புனைவை, சரித்திரப் பின்புலத்தில் அடிச்சீ உருவாக்கியிருப்பது ஆழமான தளங்களில் வாசகர்களை உலவவிடுகிறது. கூடவே இபோ பழமொழிகளையும் இணைத்து வாய்மொழி மரபு, வரலாற்றுப் பதிவு ஆகிய இரண்டையும் புனைவில் சந்திக்கச் செய்து கதையாடலை நுட்பமாகவும் தீவிரமிக்கதாயும் ஆக்கிவிடுகிறார். அடிச்சீ தன் இரு தாத்தாக் களையும் இப்போரில் இழந்தவர்.

சமீபத்தில் ரத்தச் சேறாக முடிந்து போன ஈழப் போராட்டம் உள்ளிட்ட விடுதலைப் போராட்டங்களையெல்லாம் நினைவூட்டிடும் தன்மையில் உள்ளது இக்கதை. இடையில் எதிர்ப்படைவீரன் சடலம் ஒன்று ஈமொய்த்துக் கிடப்பதும் கதை சொல்லியை சஞ்சலப்பட வைக்கிறது.

கதையில் பயன்படுத்தப்பட்டுள்ள இபோ பழமொழிகளுள் ஒன்று 'ஒரு மனிதன் விழும்போது அவனைக் கீழே தள்ளுவது அவனது கடவுளே!' என்பது. இங்கே கடவுள் என்பதை அதிகாரம் / அமைப்பு என்ற பொருளில் பயன்படுத்தி அடிச்சீ தந்துள்ள சொல்லாடல், புனைவு என்பது எவ்வளவு சாத்தியப்பாடுகளைக் கொண்டுள்ளது என்பதற்குச் சிறந்த எடுத்துக்காட்டு. இன்னொரு பழமொழி :

**'காது கேளாதோரை வணங்குவோம் விண்ணுலகம்
கேட்காவிடில் பூமி கேட்கலாம்'**

போராட்ட களத்து உணர்வு நிலையை உணர்த்து மிடமும் சுட்டிக்காட்டப்பட வேண்டியது. "எமது வாழ்வு அசலான தோலைப் போன்றதாய் மெருகு குலையாத பொலிவை பெற்றிருந்தது. சிவந்து, கனிந்த தீக்கங்குகளின் மேல் வெறுங்கால்களுடன் நிற்க முடியும் என்ற விதத்தில் எமது உடலில் நரம்புகளக்குள்ளே குருதிக்குப் பதிலாகத் திரவ எஃகு பாய்வதாக நாங்கள் உணர்ந்தோம்."

'அப்பல்லோ' கதையில் இரு சிறுவர்களுக்கிடையிலான நட்பு பகையாகிவிடும் தருணம் இடம் பெறுகிறது. தங்கள் வீட்டு ஆதரவில் வளர்ந்து வரும் அநாதைச் சிறுவனிடம் இயல்பான நட்புடன் பழகி வருகிறான் அவ்வீட்டுப் பையன். அநாதைச் சிறுவனை பள்ளித் தோழன் போலப் பாவிக்கிறான். அவனுக்குக் கண்ணில் தொற்று நோய் கண்டால் சொட்டு மருந்து ஊற்றி கவனித்துக் கொள்கிறான். இதற்கிடையே தனக்கு அந்தத் தொற்று வந்த நிலையில், வேலைக் காரியுடன் அநாதைச் சிறுவன் காதலனைப் போல பழகுவதைக் கண்டு பொறாமை கொண்டு விடுகிறான். அப்போதைய தடுமாற்றத்தில் வழுக்கி விழுந்து விடுகிறான். பெற்றோரிடம் தன்னை அநாதைச் சிறுவனே தள்ளி விட்டான் என்று குற்றமும் சாட்டுகிறான். இயல்பான நிலையில் பெற்றோர் பேச்சை மீறி நட்பாகும் சிறுவன், தனக்கு தொற்றுநோய் கண்ட நிலையில் அது போதாதென்று, தனக்குக் கிட்டாத நேசம் அநாதைச் சிறுவனுக்குக் கிடைத்திருப்பதைச் சகிக்கப் பொறாமல், அவன் மீது எஜமானக் குணத்துடன் பழி சுமத்தும் நிலைக்குச் சென்ற விடுகிறான்.

II

இபோ மொழியைத் தாய்மொழியாகக் கொண்டுள்ள அடிச்சீ ஆங்கிலத்தில் எழுதுவது ஏன்?

இருமொழிகளையும் நன்றாகக் கற்றுள்ள அடிச்சீ, நவீனயுக விஷயங்களையெல்லாம் தாய்மொழி மூலம் வெளிப்படுத்த

இயலாது என்று உணர்கிறார். சீனுவா அச்சபே, பென் ஓக்ரி போன்ற இதர எழுத்தாளர்களும் இப்படியே உணர்ந்தவர்கள்தான்.

“பள்ளி இடைநிலை இறுதிவரை நான் இபோ மொழியை எடுத்துப் படித்து தேர்ச்சி பெற்றிருந்தாலும் அதையே பேச வேண்டும் என்பது ஒரு வழக்கமாக இருக்கவில்லை. எல்லா வற்றுக்கும் மேலாக அதன் போதாமை. நான் இபோ மொழியில் நன்றாகவே எழுதினாலும் எனது அறிவார்த்த சிந்தனைகளை வெளிப்படுத்துவதற்கு இபோ மொழி மட்டுமே போதியதாக இல்லை” என்கிறார் அடிச்சீ. இதில் உள்ள சிக்கல் ஆப்பிரிக்கர்கள் ஆப்பிரிக்காவில் எவ்வாறு பயிற்றுவிக்கப் படுகிறார்கள் என்பதே என்றும் சுட்டிக் காட்டுகிறார்.... “இபோ மொழியில் மட்டுமே எங்களது அனுபவங்களை வெளிப்படுத்த முடியும் எனச் சொல்வது ஒரு விதத்தில் அதைக் கட்டுப்படுத்துவதாகும். எம் மீது உலக மயமாதல் பலவிதங்களில் ஆழமான அழுத்தமான தாக்கங்களை ஏற்படுத்தியுள்ளது... எனது ஆங்கிலம் பேசும் முறை நைஜீரிய வாழ்வனுபவங்களில் தான் வேர் கொண்டுள்ளதேயன்றி பிரிட்டீஷ் (அ) அமெரிக்க (அ) ஆஸ்திரேலியாவிலோ அல்ல. நான் ஆங்கிலத்தை ஒரு உடைமையாக ஏற்றுக் கொண்டுள்ளேன்.”

‘ஊதாநிறச் செம்பருத்தி’ மொழியாக்கம் தந்துள்ள பிரேம், அடிச்சீயை இப்படி முன்வைக்கிறார்.

“பெண்ணிருப்பின் வழியாக ஒரு இனத்தின் கதையை, ஒரு மொழியின் கதையை, ஒரு தேசத்தின் கதையை, பல போர்களின் கதையை நினைவுறுத்தும் இந்நாவல் பல தனி மனிதர்களின் கதையைப் பேசுகிறது. பேசத் தயங்கிய நிசப்தத்திலிருந்து தாம் மீண்டு வந்த கதையைப் பேசுகிறது.”

III

சினுவா அச்சபே, பென் ஓக்ரி போன்ற நைஜீரிய எழுத்தாளர்களுக்கு அடுத்த நிலையிலிருந்து இயங்கிவரும் அடிச்சீ, தன் நாட்டுச் சூழலில் சுதேசி உடைகளையே அணிதல், பெண்ணுரிமை இயக்கம் என பண்பாட்டு - அரசியல் தளங்களில் அக்கறை கொண்டிருப்பவர்.

மொழிபெயர்ப்பாளரின் பணி, தனக்குத் தெரிந்த / பரிச்சயமானவற்றையெல்லாம் மொழிபெயர்த்து விடுவதல்ல. தன் காலச் சூழலில் எந்த எழுத்து அவசியம் / பொருத்தப்பாடுடையது என்று கவனித்து இயங்குவது. அடுத்தது, அந்த எழுத்தினை அந்த ஆசிரியரது தொனியில், நடையில் தீவிரம் குன்றாமல் மொழிபெயர்ப்பது, இந்த இரண்டு அம்சங்களிலும் வடகரை ரவிச்சந்திரன் சரியாக செயல்பட்டிருக்கிறார்.

'சிமாமண்டா என்கோஜி அடிச்சீ' என்னும் முழுடையான பெயரிலுள்ள 'என்கோஜி' என்பது 'ஆசீர்வதித்தல்' என்ற பொருளுடையது. எழுத்தின் வழியேயும், செயல்பாட்டின் வழியேயும் அடிச்சீயின் ஆசீர்வதிக்கும் தன்மையிலான எழுத்தை தமிழில் தந்துள்ள வடகரை ரவிச்சந்திரன் வாழ்த்துகளுக்கு உரியவர்.

ஆதாரங்கள்

1. உன் கழுத்தைச் சுற்றிக் கொண்டு இருப்பது சிமாமண்டா என்கோஜி அடிச்சீ / தமிழில் : வடகரை ரவிச்சந்திரன் / பாரதி புத்தகாலயம், 2018

2. ஊதா நிறச் செம்பருததி / தமிழில் : பிரேம் / அணங்கு பெண்ணியப் பதிப்பகம், 2016

3. The thing Around your Neck / chimamanda NGozi Adichie / Anchor Books, N.y., 2010

4. புது எழுத்து / 15 ஆம் ஆண்டு சிறப்பிதழ்.

பேசும் புதிய சக்தி - டிசம்பர் 2018

6. போர்கெஸின் புனைவும் முடிவற்ற காதலும்

கதை வடிவின் வீச்சினை விரிவு படுத்தியும் நவீன விமர்சனக் கோட்பாட்டின் பிரதான விஷயங்களை முன்னுணர்த்தியும் யதார்த்தத்தையும் பிரதிபலிக்கிறது பிரதி என்பதை மறுதலித்தும் நவீன இலக்கியத்தில் நாவலுக்குள்ள தலைமை இடத்தை நாட்டார் கேள்விக்குள்ளாக்கியும் கட்டுக்கதை குட்டிக் கதை கதை இதிகாசம் என்னும் நாவலுக்கு முற்பட்ட கதை சொல்லல்களில் ஈர்ப்புக் கொண்டும் அப்பாலைத் தத்துவத்தையும் இறையியலையும் கூட புனைவிலக்கியத்தின் கிளைகளாகக் கருதமுடியும் என்றும் கருதியும் இயங்கியும் வந்த ஜார்ஜ் லூயி போர்கெஸ் தன் ஆயுளின் பெரும் பகுதியினையும் இருண்மையிலேயே கழித்திருக்கறிார். ஒரு புத்தக மதிப்புரை இரங்கற் குறிப்பு ஆய்வுக் கட்டுரை அடிக்குறிப்புக் கூட கதை சொல்லலின் மாயா ஜாலத்தினால் புனைவின் வசீகரம் கொண்டுவிடும் என்று நம்பிய அவரின் செல்வாக்கு பிரிட்டன் அமெரிக்கா ஃபிரான்ஸ் இத்தாலி முதலான நாடுகளில் பரவத் தொடங்கியதும் உலகின் பல்கலைக் கழகங்களெல்லாம் அவரைச் சொற்பொழிவாற்ற அழைத்தன. கௌரவ டாக்டர் பட்டங்கள் வழங்கின. உலகின் மிகப் பெரும் இலக்கிய விருதுகளெல்லாம் குவிந்தன. அவருக்குக் கிடைத்திருக்க வேண்டிய நோபல் பரிசு அவரின் சர்ச்சைக்குரிய அரசியல் நிலைப்பாட்டால் கிடைக்காது போனது.

ஆரம்பம் தொட்டே பார்வைக் குறைபாடு இருந்து பின்னொரு நாள் பார்வை இழந்து அப்புறம் இரு கண்களும் பயனற்றுப்போக அப்படியிருநதும் தன் தாய் காதலி செயலர் என

யாரேனும் உதவத் தொடர்ந்து வாசிப்பதும் எழுதுவதும் உலகைச் சுற்றி வருவதும் சொற்பொழிவாற்றுவதும் என்று அவர் வாழ்ந்திருக்கிறார். தமிழ்ச் சிறு பத்திரிக்கையாளர்களிடையேயும் வாசகர்களிடையேயும் கடவுளாகக் கருதப்படும் போர்கெஸ் எழுத்தென்பது அறுதியாகக் கூறுமிடத்து சுயசரிதம் என்பார்.

பதின் பருவத்திலிருந்தே காதல் வயப்படத் தொடங்கிய போர்கெஸ் ஒவ்வொரு காதலியாலும் அடுத்தடுத்து நிராகரிக்கப் படுவதும் ஏமாற்றப்படுவதுமாக இருந்திருக்கிறார். விரக்தி கொண்டு பொறுமையினை உணர்ந்திருக்கிறார் என்றாலும் அட்ரியேன் எமிலி கன்செப்ஸியான் நோரா லாஞ் ஹேடீ லாஞ் மரியா எஸ்தர் வாஸ் கொயஸ் மரியா கொடாமா எனத் தொடர்ந்து காதலித்திருக்கிறார். அவர்களின் உத்வேகத்தால் எழுதியிருக்கிறார். மார்கரிதா மரியா எஸ்தர் மற்றும் மரியா கொடாமா என்பவர் களுடன் சேர்ந்து எழுதியிருக்கிறார். மொழி பெயர்த்திருக்கிறார். காதலித்து வந்த பெண் தனக்கு வாழ்க்கைத் துணை ஆகவேண்டும் என்று அவர் எதிர்பார்க்கும் போதெல்லாம் அது நிராசையாகிப் போக வேதனையில் உழல்வதும் அதிலிருந்து அவர் மீண்டு வர இன்னொரு காதலி வந்து சேர்வதுமாக அவா வாழக்கை இருந்து வந்தது.

பார்வைக் குறைவு பின் பார்வை இழப்பு என்ற நிலையில் அவருக்கு நெருக்கமான துணையாக இருந்து வந்தது அவரது தாய் லியோனார். 95 வயது வரை வாழ்ந்த லியோனாருக்கு முடியாத போது அல்லது வயதான போது சில வேளைகளில் அவரது சகோதரி நோரா உதவியிருக்கிறார். மற்றபடி அவருக்கு உதவ வேண்டியவர்களாக காதலியர் இருந்திருக்கின்றனர். அவருக்கு உதவுவதிலும் சேர்ந்து இயங்குவதிலும் காதலியருக்குத் தயக்கமில்லை. அவருக்கு வாழ்கைத் துணையாக வேண்டும் என்னும் போதுதான் அவர்கள் விலகிப் போக நேர்கிறது. இடையில் பதின் பருவத்தில் போர்கெஸ் காதலித்த எல்ஸா அஸ்டெட் என்னும் பெண்ணை, பின் இன்னொருவருக்கு மனைவியாகி ஒரு குழந்தை பெற்று விதவையான பின் தன் தாயின் சம்மதத்துடன் ‘மணமுடித்துக் கொண்டார்’. ஆனால் அம்மணவாழ்க்கையும் நீடிக்காது போய்

விடுகிறது. தொடர்ந்து காதல் நிராகரிப்பு என்று வாழ்ந்த போர்கெஸின் வாழ்வில் ஒரு திருப்பு முனையாக இருந்தது மரியா கொடாமாதான். ஜப்பானியத் தந்தைக்கும் ஸ்பானியத் தாய்க்கும் பிறந்த கொடாமா போர்கெஸின் மாணவியாக வந்து காதலியாகி அவரது மன்றாடல் களுக்குப் பின் மனைவியாகின்றாள். புற்று நோய் கண்டு சிகிச்சை பெற்று வந்த போர்கெஸை மணந்து கொண்ட கொடாமா ஒரு சில மாதங்களிலேயே போர்கெஸை இழந்து போக நேர்ந்தது.

தொடர்ந்து ஏமாற்றத்தினை நிராசையினை வெறுமையினை தன் காதல் ஈடுபாடுகளில் பெற்று வந்த போதும் அவர் காதலிப்பதையும் காலித்த பெண் தனக்குத் துணையாக அமைய வேண்டும் என்று வற்புறுத்தியதையும் நிறுத்தியதே இல்லை ஏன்?

இந்தக் கேள்விக்கான பதில் ஓர் இலக்கியத் தேடலாக இருக்கும்.

1939-இன் இறுதி அல்லது *1940* இன் ஆரம்பத்தில் தந்தேயின் தெய்வீக இன்பியல் (Divine Comedy) நாடகத்தைப் படிக்கத் தொடங்கிய போர்கெஸூக்கு இத்தாலியக் கவிஞனின் அப்பனுவல் அழுத்தமான இலக்கிய அனுபவங்களுள் ஒன்றாகி அனைத்திலக் கியத்திலும் உயர்ந்த இலக்கியமாகி விடுகிறது.

நரகம் கழுவாய் தேடுமிடம் சொர்க்கம் (Hell, Purgatory and paradise) ஆகியவற்றின் வழியே தொடரும் தாந்தேயின் பயணம் அடுத்தடுத்து தரிசனங்களைக் கண்டு கடவுளின் படைப்புக்கான இறுதி அர்த்தத்தை வெளிப்படுத்துவதாக அமைகின்றது. நரகத்தின் ஒன்பது வட்டங்களிலும் கழுவாய் தேடுமிடத்தின் ஏழு அடுக்குகளிலும் தாந்தேக்கு வழி காட்டுகின்ற கவிஞர் விர்ஜில் இறுதி அடுக்கிலிருந்து விலகிச் சென்று விடுகிறார். அப்போது அவருடன் இணைந்து கொள்கிறார் இறந்து போயிருந்த தாந்தேயின் காதலி பீட்ரிஸ்; விண்ணகத்தின் ஒன்பது சொர்க்கங்களிலிருந்து கால-வெளி தாண்டியுள்ள கடவுளின் அறுதி இருப்புத்தளம் வரையிலும் தாந்தேயை வழிநடத்திச் செல்கிறாள். இறுதியாக மீட்படைந்த ஆன்மாக்களால் உருவான நீதியின் ரோஜா "உலகின் காற்று வெளிக்குள் ஆன்மா நுழையும் முன்பாக அனைத்து உலகங்களின்

ஊடாகவும் நடத்தி வரப்படுகிறது. இறுதியாக அதற்கு முதல் ஒளி காண்பிக்கப்படுகிறது. உலகம் படைக்கப்பட்டபோது அனைத்தையும் ஒளி பெறுமாறு செய்தது அது. ஆன்மாவுக்கு இவ்வொளி காண்பிக்கப்படுவது ஏன்? அத்தருணத்திலிருந்து அவ்வொளியை அடைய அது எங்கும் என்பதற்காகத்தான். அதனை எய்தும் ஞானிகளுக்குள்ளே அவ்வொளி பாய அவர்களிடமிருந்து அது மீண்டும் உலகில் பிரகாசிக்கும். எனவே தான் அது மறைக்கப்பட்டிருக்கிறது" என்று பேசும் போலந்தில் 18 - 19 ஆம் நூற்றாண்டுகளில் வளர்ந்த யூதர்களின் ஹஸ்ஸிடிக் கதை ஒன்று.

ஒன்பது வட்டங்கள் ஏழு அடுக்குகள் என்று கடந்து வந்து கால வெளிக்கு அப்பாலுள்ள அறுதியும் இறுதியுமான இருப்பினை தரிசிக்கும் வேளையில் கிட்டும் பீட்ரிஸின் மாயப் புன்னகைதான் தாந்தேக்கு அனுபூதியை வழங்குகிறது. அனைத்து உலகங்களைக் கடந்து வரும் ஆன்மா முதல் ஒளியைக் கண்ட மாத்திரத்தில் அது தன்னுள் பாய தன்னிலிருந்து உலகில் பிரகாசிப்பது - போலந்தின் யூதர்களுக்கு கிடைத்திருந்த அனுபூதி. ஒன்பது காதலியரைக் கடந்து வரும் அனுபவம் போர்கெஸ் பெறுவது தேனாய் சுவைக்கும் காலத்தில் கடைசித் துளியாயிருக்குமோ?

தரிசனம் கிடைக்கப்பெறும் தாந்தே அப்போது பீட்ரிஸ் அங்கில்லை என்பதைக் காண்கிறார். திகைத்துக் கதறும் அவர் அனுபூதி ரோஜாவின் வட்டங்கள் ஒன்றினில் இறுதியாகப் பீட்ரிஸைக் கண்ணுற்ற மாத்திரத்தில் கடவுளின் நித்திய நேச ஊற்றில் பரவசத்துடன் நோக்குபவராக மாறிவிடுகிறார்.

பீட்ரிஸ் ன்னும் சிறுமியைத் தனது ஒன்பதாவது வயதில் கண்டு ஈர்ப்புக் கொண்ட தாந்தே அடுத்து அவளைக் காண நேர்வது ஒன்பது ஆண்டுகள் கழித்து. அப்போது தாந்தேயை நிராகரித்து விட்டு இன்னொருவரை மணந்து கொண்டு சீக்கிரமே இறந்து போகிறாள் பீட்ரிஸ்.

தெய்வீக இன்பியல் நாடகத்தின் தீவிரமான எடுத்துரைப்பு பொறியை உந்தித்தள்ளி இருப்பது முறிந்த காதலின் வேதனைதான் என்பது போர்கெஸின் நம்பிக்கை.

"பீட்ரிஸ் இறந்து போய் நிரந்தரமாக இழந்து போனதும் தன் துயரத்தை தணிவிப்பதற்காக அவளைத் திரும்பவும் காணும் கற்பிதத்தை புனைந்து பார்க்கிறார். அச்சந்திப்பை சேர்த்துக் கொள்ளும் பொருட்டே தன் கவிதையின் மூன்று அடுக்குக் கட்டுமானத்தை அவர் நிர்மாணித்தார் என்று நானே நம்புகிறேன்." பீட்ரிஸ் மீதான தாந்தேயின் நிறைவேறாத காதலின் பால் அசாதாரணமான கருணை கொள்ளும் போர்கெஸூக்கு தெய்வீக இன்பியல் நாடகம் நம்பிக்கைக் காண மாபெரும் ஊற்றாக உள்ளது.

ஓர் எழுத்தாளன் தன் வேதனைகளைத் தாண்டிச் சென்று தன் கலையின் மூலமாக தன்னைக் காத்து கொள்ளக்கூடும் என்பதற்கான ஆதாரமாக அது இருப்பதால் உலக இலக்கியங்களில் தலை சிறந்தது 'தெய்வீக இன்பியல் நாடகம்' என்று மதிப்பிட்ட போர்கெஸூக்கு தான் ஒரு தலை சிறந்த படைப்பை உருவாக்கிவிட வேண்டும் என்ற வேட்கை இருந்து வந்தது. 1932 லிருந்து அவருள் கனன்று கொண்டிருந்த இந்த வேட்கை ஈடேறுவது 1971ல் தான். அந்த ஆண்டு தான் அவரது குறுநாவல் The Congress வெளிவருகிறது. அதுவரையிலும் தான் எழுதி வந்த அனைத்தின் முடிவாகவும் தொகுப்புரையாகவும் அது இருககும் என்று கருதுகிறார். வேறு வார்த்தைகளில் கூறவதானால் அவரைக் காக்கின்ற தலைசிறந்த படைப்பு The Congress. அது 'தான் பெறாத ஓர் அனுபூதி அனுபவம் குறித்த கதை' என்பார்.

ஒவ்வோர் உயிரிலும் தெய்வீகம் பொதிந்திருப்பதால் பிரபஞ்சம் ஒன்றே என்றாகிறது என்பது தான் அனுபூதி அனுபவம். அது இன்னும் தான் பெற்றிராதது. அதனைப் பெறவேண்டும். அதற்குத் தான் முடிவுறாத தேடல், அதன் பொருட்டுத்தான் காதல், அதன் மலர்ச்சிதான் கவிதை படைப்பு. அதன் பன்மை விரிவு அப்பாலைத் தத்துவம் இறையியல்.

போர்கெஸின் The Congress குறுநாவலை முன்னுணர்த்துவதாக அமைந்தது The Approch to al-Mutasim. 'ஒடிஸி' என்னும் இதிகாசத்தைப் போன்று ஜேம்ஸ் ஜாய்ஸ் "யுலீஸஸ்" நாவலை அமைத்தது போல போர்கெஸ் பாரசீக அனுபூதிக் கவிஞன்

ஃபரியுத்தின் அத்தரின் "The Conference of Birds" னைப் போன்று தன் சிறுகதையை அமைத்தார்.

பறவைகளின் மன்னன் சிமர்க் உதிர்த்த அழகான இறகொன்று சீனத்தில் விழ அதனைத் தேடிச் செல்லும் அத்தனை பறவைகளும் ஏழு பள்ளத்தாக்குகளைத் தாண்டி வந்து புனித மலை ஒன்றினை அடையும் தருணத்தில் தாமே சிமர்க் என்றும்; சிமர்க் என்பது ஒவ்வொன்றுமாகும் அனைத்தும் சேர்ந்ததுமாகும் என்று கண்டறிகின்றன. ஏழு பள்ளத்தாக்குகள் என்பது ஆன்ம சுத்திகரிப்பின் ஏழு நிலைகள்.

'The Unending Rose' - கவிதையில் தன்னை இப்பாரசீக கவிஞனாகக் கருதிக் கொள்கிறார் போர்கெஸ், தன்னைப் போலவே அந்தகக் கவியான அத்தர் ஒரு ரோஜாவின் இருப்பின் பிரக்ஞையை எப்போதும் கொண்டிருந்தார். அதன் நறுமணத்தின் ஓயாத பேரலை வயதான அவரின் முகம் நோக்கி எழுதுவதாக, எதிர்ப்பைத் தடையைத் தாண்டி நீடித்திருக்கும் அந்த ரோஜா.

"ஒவ்வொரு பொருட்களின் முடிவில் நீ இசையாக பிரபஞ்சங்களாக மாளிகைகளாக நதிகளாக தேவதைகளாக இருக்கிறாய். அவிந்து போன என் விழிகளுக்கு வெளிப்படுத்துவார் தேவன். வரம்பற்ற ஆனால் நெருககமான ஆழ்ந்த ரோஜாவை."

இறையியலாகத் தொனிக்கும் அனுபூதி பேசும் போர்கெஸ் அந்த அனுபூதி ஆதாம் ஏவாளின் காதல் தானே தவிர வேறொன்றுமில்லை என்றும் பேசுவார்:

"ஒரு தழுவலில் தம்மை பரஸ்பரம் வழங்கி விடுகின்ற உலகிலுள்ள காதலர்களனைவரும் தழுவுகின்ற மற்றும் தழுவப் போகின்ற காதலர்களனைவரும் ஆதாம் ஏவாள் என்றும் ஒரே பிரகாசமான ஜோடியே, சாராம்சத்தில் யாரும் இன்னொருவரில்லை காலத்தின் எந்த ஒரு தருணத்திலும் யாரும் யாருமாகலாம். இச்சிந்தனை ஓட்டங்கள் மற்றும் தந்திரங்களுடன் அனுபூதியைத் தொட்டிருக்கிறோம் என்று நம்புகிறேன்."

கிறித்தவம் பௌத்தம் என எதிலும் நிறைவுறாத போர்கெஸின் இறையியல் இறுதியில் ஜப்பானில் ஆதிகாலத்து ஷிண்டோ மரபில் தன்னை அடையாளம் கண்டு கொள்கிறது. மரியா கொடாமாவுடன் ஜப்பானுக்குச் சென்ற போது கிஸேயிலுள்ள ஷிண்டோ கோயிலில் ஷிண்டோ தெய்வங்களைப் போற்றும் முரசங்கள் மற்றும் குழல்களின் இசைக்கேற்ப சடங்குகளில் நடனமாடும் துறவிகளைக் கண்ணுற்றதும் தெய்வீகத்தின் இருப்பை உணர்ந்ததாக போர்கெஸ் குறிப்பிடுகிறார். ஷிண்டோ மடாலயம் ஒன்றில் மாதக் கணக்கில் தங்க வேண்டுமென்பது அவரின் ஆவலாயிருந்தது. போர்கெஸைப் பொறுத்தவரை ஷிண்டோயிஸம் என்பது "வழிபாடுகளில் இலேசானது மிக இலேசானது மற்றும் தொன்மையானது." நாம் நல்லது செய்ய வேண்டும் என்று கூறும் அது அறநெறிகளை விதிப்பதில்லை ஒருவன் தனது கருமங்களைச் செய்ய வேண்டும் என்றோ தண்டனையினால் குறுக்கிட வேண்டும் பெருமதிகளால் கையூட்டு தர வேண்டும என்றோ கூறுவதில்லை இதனைப் பின்பற்றுவோர் புத்தர் (அ) ஏசுவின் சித்தாந்தத்தை ஏற்கக்கூடும். அறுதி ஆணை இறுதி உண்மை சித்தாந்தம் அறநெறியைக் கூட ஷிண்டோயிஸம் முன்வைக்கவில்லை. தன்னைப் பின்பற்றுவோர் தன் பெறுமதிகளையும் நெறிகளையும் அச்சமோ குற்றவுணர்வோ இல்லாமல் விளக்க வேண்டும் என்று மட்டுமே நம்பியது.

உண்மையான அன்பளிப்பு என்பது 'பரஸ்பரமானது' தருவதும் பெறுவதும் ஒன்றே. பிரபஞ்சத்தின் அனைத்தின் செயல்பாடுகளையும் போல. ஒரு புத்தகத்தை அர்ப்பணிப்பதும் 'மாயச் செயலே' என்னும் பொருளில் 1981இல் என்னும் கவிதைத் தொகுதியை மரியா கொடாமாவுக்கு காணிக்கையாக்குகிறார். அப்போது தாந்தேயின் ரோஜா அவருக்கு இறுதிப் பொருளாகத் தெரியவில்லை. அலெப்பின் கடவுள் போன்ற தரிசனமும் நிறைவளிக்கவில்லை. அனைத்தையும் உள்ளடக்கும் அத்தரின் சிமர்க்கும் உவப்பளிக்கவில்லை. அன்றாட வாழ்வின் திருகல்-மறுகல்களே மர்ம மலர்களின் சுழல்களைக் கண்டறிந்துவிடும். பிரும்மாண்டமானதும் பன்முகப்பட்டதுமான உலகின் அழகு குறித்த பரிசுத்த வியப்புக்கு உத்வேக மூட்டும் என்றாகி விடுகிறது.

“எவ்வளவு காலை நேரங்கள் எவ்வளவு கடல்கள் எண்ணற்ற கிழக்கு - மேற்கு தோட்டங்கள் எந்த அளவு விர்ஜில்”

“தேடிக் கொண்டேயிருக்கும் நாம் மறந்து போகிறோம். இரவின் அவ்வினிய வழக்கத்தை, ஒருவர் உண்மையாகவே அதனை நோக்க வேண்டும் அதுவே இறுதியாயிருக்கட்டும்”

மூன்றாண்டுகளுக்கு முன்னம் மறைந்து போன போர்கெஸின் நண்பன் மௌரிஸ் ஆப்ரமோவிச்சின் நினைவாக போர்கெஸ் **1984**இல் கவிதை எழுதும்போது இவ்வுலகில் நாம் அனுபவிக்கும் ஒவ்வொன்றும் துடைத்தழிக்கப்படுகிறதா (அ) நம் ஒவ்வொரு செயலும் எல்லையற்ற நிழலை வீசுகின்றதா என்னும் ஊடாட்டம் அவரை வதைக்கிறது. பின்னர் மரியாவுடன் ஜெனீவாவுக்கு சுற்றுலா சென்ற வேளையில் ஆப்ரமோவிச்சின் மனைவியுடன் சேர்ந்து போர்கெஸூம் மரியாவும் கிரேக்க உணவகம் ஒன்றில் விருந்து சாப்பிடுகின்றனர். அப்போது ஒலிக்கின்ற கிரேக்கப் பாடல் போர்கெஸூக்கு உத்வேகமூட்டுகிறது. இசை மீட்டப்படும் போது ஒருவர் ட்ராய் நகரத்து ஹெலனின் காதலின் தகுதியானவர் ஆவார் இசை மீட்டப்படும்போது யுலீஸஸ் இதாகாவுக்குத் திரும்ப முடியும் என்கிறது. அப்போது தனது பிரியமான நண்பன்ஆப்ரமோவிச்சின் வாழ்க்கை மறைந்து போய் விடவில்லை. மாறாக அந்த இரவில் அவன் அவர்களுடன் இருந்தான் என்னும் உள்ளுணர்வு போர்கெஸூக்குத் தோன்றுகிறது. அன்றிரவு அவர் எழுதுகிறார்:

“இன்றிரவு என்னால் ஓர் ஆண் மகனைப் போல அழமுடிகிறது. என் எண்ணங்களில் கண்ணீர்; வழிந் தோடுவதை உணரமுடிகிறது. ஏனெனில் தோன்றி மறைவதும் தன் நிழலை வீசாததுமான ஒன்றுகூட இப்பூமி மீது இல்லை என்பதை நான் அறிவதால். ஒரு பகல் தூக்கத்தில் நுழைவதென நாம் சாவுக்குள் நுழைய வேண்டும் என்று இன்றிரவு வார்த்தைகளின்றி கூறியிருக்கிறாய் ஆப்ரமோவிச்”

ஆதாரங்கள் :

1. Boeges - A Life Edwin William son - Penguin 2004.

2. The True Sage - Talks on Hassism - 1976

குறிப்பு :

பிற எண்களையெல்லாம் உள்ளடக்கிய முடிவிலி எண் கடவுளின் பத்து அவதாரங்களில் தலை சிறந்ததைக் குறிக்க கபாலாக்கள் பயன்படுத்திய குறியீடு.

"The Conference of Birds" - இல் போர்கெஸ் ஆர்வங் கொண்டிருந்தார். அவர் செவ்வியல் இஸ்லாமிய பிரதிகளில் ஆர்வங்கொண்டிருந்தது பலருக்குத் தெரியாது.

"The Conference of Birds" - என்பது காணாது போய்விட்ட தம் மன்னனைத் தேடுகின்ற ஒரு பறவைக் கூட்டம் பற்றிய எளிய கதை. அவை பயணிக்கும் போது ஒவ்வொரு பறவைக்கும் ஓர் அனுபவம் ஒரு கதை கிடைக்கின்றது. இறுதியில் அவை ஒரு விதத்தில் கிழககித்திய ஒலிம்பஸ் மலை போன்றதான காஃப் சிகரத்தை அடைகின்றன. அப்போது தாம் தேடுகின்ற மன்னன் தெய்வம் நபர் தங்களக்குள்ளேயே இருப்பதை உணர்ந்து கொள்கின்றன. அவை தேடுகின்றது அவையேதான்.

"போர்கெஸைப் டிக்குமுன்பே இதனைப் படித்திருந்தேன். ஆனால் போர்கெஸின் வாசிப்பு செவ்வியல் இஸ்லாமிய இலக்கியத்தை வேறாகத் தோன்றச் செய்தது. எனக்குப் புதிதாக இருந்தது. செவ்வியல் இஸ்லாமிய இலக்கியத்தின மீதான இப்புதிய அணுகுமுறைக்கு போர்கெஸின் உதவி எனக்குத் தேவைப்பட்டது. இப்புதிய பார்வை கிடைத்தமாத்திரத்தில் எல்லாமும் குறிப்பாக பழைய பண்பாடு புதியதாய்த் தோன்றிற்று."

- பாமுக்

A Conversation with Orthan Pamuk / Granta, 93-Spring 2006

கங்குதிரை ஏப். **2011**

7. கதிர்பாரதியின் கவிதைகள்

நெருப்பு எனக்குக் குழந்தை
ஆனால்
நெருப்பால் புசிக்கப்பட்டு
நெருப்பாகவே உருமாறவேண்டும் நான்

- ரூமி

தமிழில் கவிதைகள் சரிவர வாசிக்கப்படுவதில்லை, விமர்சிக்கப்படுவதில்லை என்ற வருத்தம் கவிஞர்களுக்கு; கவிதைகள் செறிவும் தீவிரமும் இன்றி நீர்த்துப் போயுள்ளன என்ற குறை வாசகர்களுக்கு, கவிதையியல் குறித்த சொல்லாடல் இல்லாதிருப்பதே இப்பிரச்சனைககு அடிப்படைக் காரணம் என்பது கவிஞர் இந்திரனின் அபிப்பிராயம்.

இந்நிலையில், கேதார்நாத் சிங் (1934 - 2018) என்னும் இந்திக் கவிஞரின் மிகநீண்ட கவிதையை - தனிநூலாக வெளியிடும் அளவுக்கு இருப்பது - Bagh (The Tiger) - வாசித்தபோது அதன் தீவிரத்தையும் புனைவு வளத்தையும் எடுத்துரைப்பையும் நெருங்குமளவிலான கவிதை தமிழில் இல்லையா என்றொரு கேள்வி எழுந்தது. புலியை மையமாக வைத்து, புலி தொடர்பான நாட்டார் கதைகளின் புனைவை எடுத்துக் கொண்டு, நவீன மனநிலையில் என்னவெல்லாம் சொல்லிப் பார்க்க முடியும் என ஓர் ஆட்டமே நிகழ்த்திக் காட்டுகிறார். ஒரு புள்ளியைச் சுற்றி விதவிதமாகக் கோலங்கள் வரைவது போன்ற வித்தை அது.

கதிர்பாரதியின் ‘உயர்திணைப் பறவை’ கிடைத்த போது, அக்கேள்விக்கான பதிலாக அது இருப்பதை உணர முடிந்தது.

அதில் அது போல பல கவிதைகள் இருந்தது இன்னும் ஆச்சரியத்தைத் தந்தது. ஒரு விஷயத்தை விதவிதமாகச் சொல்வது, பல்வேறு கோணங்களிலிருந்து பார்ப்பது வெவ்வேறு முகங்களைக் காட்டுவது என்பதான முயற்சி அது.

அக்பரின் பிரச்சனைக்கு தீர்வளிக்கும் பீர்பாலின் வேடிக்கையான பதில்கள் வடிவில், இவ்வடுக்குக் கவிதைகளில் ஒன்றாக 'பீர்பால் மூன்று ஆமைகள் வளர்த்தார்' கவிதையைச் சொல்லலாம். ஏழைகளை எப்படி நடத்த வேண்டும். வணிகர்களோடு எப்படிப்பேச வேண்டும், நாள்தோறும் ஒரு மலரை அணிந்து கொள்ளலாமா, உப்பை தூய்மையாக்க வேண்டும், யமுனை அழுகிறது எனப் பலச் சந்தேகங்களும் பிரச்சனைகளும் அக்பருக்கு எழுவதாகக் கற்பித்து, கவிதை அடுக்குகளைப் பின்னிப் பார்க்கிறார் கதிர் பாரதி. இதில் 'யமுனை அழுகிறது' என்பது அக்பர் மனைவியின் கவலை. இமயம் என்னும் பிறந்த வீட்டிலிருந்து வங்கம் என்னும் புகுந்த வீட்டுக்குச் செல்வதால் யமுமை அழுகிறது என்று கூறும் பீர்பாலின் பதில், அக்பருக்குச் சமாதானப்படவில்லை; தெய்வக் குற்றமாயிருக்கும் என்ற அடுத்த பதிலையும் அவரால் ஏற்க முடியவில்லை; அது மனைவியின் அழுகையே, அக்பர் சமாதானம் செய்ய வேண்டும் என்னும் பீர்பாலின் பதில் தான் உண்மையானது என்பதை அக்பர் கண்டு கொள்கிறார். பிரச்சனைக்கு காரணமாயிருப்பது தானே என்பது பட்டவர்த்தனமாகிறது.

"இன்னொருவரின், இன்னொரு மக்களின், இன்னொரு தேசத்தின், இன்னொரு உலகத்தின் மனிதாயத் தன்மைக்கு நம்பகமான சாட்சியமாக இருந்திட, அரசியல் கவிதை எழுதிட, கவிஞன் தனது ஒடுக்குமுறையினை வகுத்தத்தை நெஞ்சு வெடித்தலைத் துருவி ஆராய்ந்து துலக்கிக் காட்ட வேண்டும்.... உண்மையினைச் சொல்லவேண்டி யிருப்பதால், கவிதை ஓர் அரசியல் நடவடிக்கை" என்கிறார் கவிஞரும் செயல்பாட்டாளருமான ஜூன் ஜோர்டான்.

பிரச்சனை அக்பரின் தனிபட்ட வாழ்வு சார்ந்ததாயினும், உண்மையான நிலவரத்தைச் சுட்டிக்காட்டினால் தான் பிரச்சனை தீரும் என்ற நெருக்கடியில், பீர்பாலால் துணிகரமாகச் சொல்ல முடிகிறது. காலத்தின் சமூக - அரசியல் நிலவரங்களின் சாட்சியமாக இருந்து வரும் எழுத்தாளனும், என்ன நேரினும் உண்மையை உரைத்திடும் கட்டாயத்திலிருக்கிறான் என்பதும் இதன் மூலம் வெளிப்பட்டுவிடும்.

ஆனால், பிச்சனைகளும் நிலவரங்களும் அவ்வளவு தட்டையாக இல்லை; சிக்கலான வடிவில் உள்ளன. ஓரிடத்தில் குரூரமாக, இன்னோரிடத்தில் இழிந்ததாக வேறொரு இடத்தில் அபத்தமாக உள்ளன. கவிஞனும் ஓரிடத்தில் ஆவேசங் கொள்ள வேண்டியுள்ளது; இன்னோரிடத்தில் விழிப்புணர்வு ஏற்படுத்த வேண்டியுள்ளது; வேறொரு இடத்தில் பரிகசிக்க வேண்டியுள்ளது.

ஹிட்லரை அகற்றிவிட்டு, அங்குவந்து அமரும் சமாதானத் தூதுவரை எப்படிப் புரிந்து கொள்வது - சமாதானம் தவிர்த்து, அனைத்து அநீதிகளையும் அவர் புரிகையில், ஹிட்லர் இன்னும் அகன்ற பாடில்லை என்ற மனக்குமுறல் அடங்காது எழுந்து கொண்டேதான் இருககும்.

“.... இலவச வேட்டி சேலை நெரிசலில் இறந்தவனின்
மரணப் பந்தலில் இடிஇடியென அவன் சிரித்தது
மட்டும் துப்பாக்கி ர வை நிரப்பியதைப் போலானது”

என்ற வரிசளிலுள்ள நகைமுரண் எவ்வளவு கடுமையை சீற்றததைக் கொண்டுள்ளது... அல்லது இன்னொரு எதிர்வினை:

“இன்னும்.... இன்னும்... எதிர்பார்க்கிறீர்களா?
மணிக்கட்டை பிளேடால் வாகாக அரிந்து கொண்டு
உயிரைப் போக்கலாம்.”

எறும்பின் உழைப்பைப் பாராட்டிவிட்டு, எறும்பாகிட வேண்டும் என்று ஆசை எழுந்து, ஆனால் யானையாக உருக்கொண்டு விடுவது, எவ்வளவு நேர் எதிரானது என்பதுடன், எவ்வளவு வஞ்சகமானது என்பதையும் சுட்டிக்காட்டத்தான்.

விளையாட்டு என்னும் போது எதுவந்தாலும் எதிராளியைத் தோற்கடித்து வென்றால், சிலருக்கு சாகச உணர்வு. சிலருக்கோ விளையாட்டில் ஓர் ஆனந்தம், அழகாக ஆடவேண்டும், அது கலையின் நேர்த்தி பெற வேண்டும், வெற்றி மட்டுமே நோக்கமில்லை. முன் வகையினர், சாமர்த்தியத்தோடு வாழ்வில் முன்னேறும் வகையினர், சாமர்த்தியத்தோடு வாழ்வில் முன்னேறி பிரகாசிப்பவர்கள். இரண்டாம் வகையினர் பறவைகளுக்குப் புகலிடமாகும் விருடசங்களை நடுவதும் நிலத்தைப் பராமரித்து விளைவிப்பதுமான உழவன் போன்றவர்கள் என்கிறது ஒரு கவிதை. இக் கவிதையை வாசிக்கையில், தனது டென்னிஸ் ஆட்டத்தை இசைக்கோவையாகச் சுழலவிடும், ஆடுகளம் த ாண்டி சமூகம் என்ற ஒன்றிருக்கிறது என்னும் பிரக்ஞையுடன் இயங்கிடும் ரோஜர் ஃபெடரர் எனக்கு ஞாபகத்திற்கு வருகிறார்.

அடையாறு ஆலமரம் என்றதும் ஆயிரக்கணக்கில் பறவைகள் நாடி வருவது, காந்தியும் கஸ்தூரிபாயும் கண்டு சிலிர்த்தது, புயல் மழைக்கு எதிராய் தாக்குப் பிடித்து வளர்ந்தது, பிரும்மஞான சங்கம் அதனடியில் உருக்கொண்டது என்ற நினைவுகள் பொதுவாக எழும். ஆனால் அந்த ஆலின் ஞாபகத்தில் இருப்பது ஜே.கிருஷ்ணமூர்த்தி மட்டும்தான் என்கிறது ‘அமரம்’ கவிதை, புதுச்சொல் ஒன்றினை வழங்கிடும் இக்கவிதை, புதிய பார்வையினையும் வழங்குகிறது. அதுவரையிலான இந்திய உலக மரபினை நிராகரித்து, தத்துவம் என எதையும் சித்தாந்தமாக ஆக்காமல் வழிபாடுகளின்றி விழிப்புணர்வு மட்டும் மனிதனுக்கு எழுந்தால், அவன் விடுதலை பெற்று விடுவான் என்று வற்புறுத்தி வந்துள்ள ஜேகேயை இங்கு பிரதானப்படுத்தியிருப்பது குறிப்பிடத் தக்கது.

கதிர்பாரதி கவிதைகளில் சுவையானதாக ஓரிழை வந்து கொண்டே இருக்கிறது. ஒரே கவிதையில் கூட ஜெபிக்கின்ற சிறுமியும் பேரூர் ஆலமரமும் இடம்பெற்று விடுவார்கள். கொற்றவையை தரிசிக்கும் மனம், பிதா - சுதன் - புனித ஆவியையும் மதிக்கின்றது. ஊதாரி மகன் திரும்புவது ஒரு பக்கம் என்றால், பனியின் தூய்மையில் ஆண்டாள் பாடுவது மறுபுறமாக இருக்கும்.

மத - ஆன்மிக எல்லையில் நின்று விடாமல், ஜென்னையும் எட்டிப் பார்க்கும். 100 ஆண்டுகாலம் ஆமை போல அமைதிகாத்து துறவி இருந்தால், 1000 ஆண்டு தேடலில் நத்தையாக சீடன் ஊர்ந்து வர, 1100 ஆம் ஆண்டில் அவர்கள் சந்தித்து, அடுத்து புறப்படுவது அடிவாரத்திற்கு.

**“..... அங்குதான் இருக்கின்றன
நாம்
ஏற வேண்டிய உயரம்
மற்றும்
இறங்க வேண்டிய உயரம்.”**

சங்ககாலக் கவிதை வடிவிலிருந்து தொடர்வது / நீட்சி கொள்வது போல, கதிர்பாரதி கவனம் செலுத்தும் போது, கவிதை வளமாவதுடன் வாசகனிடமும் சட்டென்று உரையாடத் தொடங்கி விடுகிறது.

**“துளிர்ப்பு திகைந்தாயிற்று.
வேம்பின் பொன்தளிர்களை ஆராதிக்கத்
தொடங்கிவிட்டது கோடை
புளிப்புச் சுவை கூடடிய மாங்காயைக் கடித்து விட்டு
மிழற்றுகிற கிளிக்காக
இனி, இதமிதமாய்ப் பெய்யும் புன்செய் வெயில்
ஊருக்குள் புகுந்து மோகினியென எழுந்து சுழலும்
சூறைக்காற்றைத்
துரத்தியோடி களிப்பார்கள் சிறார்கள்...”**

என்றெல்லாம் விவரித்து வரும் கொண்டலாத்தி குகுகுகுக்கும் கோடை கவிதையின் இறுதி இக்கோடையில் நிகழாதிருக்கலாம் உன் பிரிவு என்று முடிவுறும்.

*துயரின் காட்சியை கதிர்பாரதி அகப்பாடல் நிலைக்குக் கொண்டுவர, பாரசீகக் கவிஞன் **மனோஷித் அடாஷி** (1931-2005) பரவச நிலையை அற்புத புனைவாக்குகிறான்.*

சா. தேவதாஸ்

"ஒரு நங்கை நினைவிலிருந்து எழுகிறாள்
மரங்களின் பின்புறமிருந்து ஆழிமணல் தீட்டுக்கு நகர்கிறாள்
நீர் அவளது தோள்களுக்கு உயர்கிறது
நிலவை அவள் பரவசத்திற்குள் நகர்த்துகிறாள்
மரங்களுக்குப் பின்புறம்
நீரில் நங்கையும் நிலவும் ஒருமையுற்று இழைகின்றனர்
தளர்வாய் ஈரமாய் ஒரு கற்றைக் கேசயிழைகள்
நீரில் முன்னோக்கி மிதக்கின்றன
ஒரு சின்னஞ்சிறு செந்நிறத் தாரகை மீனின் வாயில் புரள்கிறது
ஒரு மேய்ப்பனின் பாடல் பள்ளத்தாக்கில் ஒலிக்கிறது
ஆறு முழுமையும் நினைவினுள் மீண்டும் மூழ்குகிறது"

குடும்ப உறவுகளைத் தொட்டு, சமூக நிலைகளை அரசியல் நிலவரங்களைப் பரிசீலித்து, இவற்றின் நிகழ்வுப் போக்கினூடே சென்றுவந்து தன் எதிர்வினைகளை, மெல்லுணர்வுகளாகவும் சிதறல்களாகவும் சிலிர்ப்புகளாகவும் ஆவேசங்களாகவும் பகடிகளாகவும் கதிர்பாரதி வெளிப்படுத்துகிறார். தமிழில் தீவிர நிலைகளை செறிவுடன் அணுகிய பல கவிஞர்கள், தத்துவமொழியில் / சிந்தனைத் தளத்தில் மட்டும் இயங்கியதால் பரந்துபட்ட வாசகர்களைச் சென்றடைய முடியவில்லை. கதிர்பாரதியோ படிமங்களால், உணர்வுத் தெறிப்புகளால் வெளிப்படுத்துவது வாசகனைப் பங்கேற்க வைத்துவிடுகிறது. அவன் அணுகக் கூடிய தளத்தில் கவிதை இருப்பது அவனை உள்ளீர்த்து விடுகிறது.

'சூரியனின் ஞாபகமே நிலவு' என்று கதிர்பாரதியை வாசிக்கும் வாசகனால் அப்படிமத்தை நோக்கிக் கவனத்தை திருப்பமுடிகிறது. அந்நிலையில் **பசித்த வீடு, மிசரோம் செம்பருத்தி** போன்ற சற்று சிக்கலான வடிவிலான ஆனால் தீவிரமும் செறிவும் மிக்க கவிதைகளை அணுக முடியும். **'நெருப்பாக உருமாற முடியும்' நெருப்பை அணுகுவது நெருப்பாகி விடுவது சாத்தியம் தான்.**

ஆதாரங்கள்

1. மெசியாவுக்கு மூன்று மச்சங்கள் / கதிர்பாரதி / இன்சொல் 2020 (நான்காம் பதிப்பு)

2. ஆனந்தியின் பொருட்டு தாழப்பறக்கும் தட்டான்கள் / கதிர்பாரதி / இன்சொல் 2020 (இரண்டாம் பதிப்பு)

3. உயர்திணைப் பறவை / கதிர்பாரதி / இன்சொல் 202

4. ஜவாலுத்தீன் ருமி - தேர்ந்தெடுக்கப்பட்ட கவிதைகள் / தமிழில் : என். சத்தியமூர்த்தி, 2016

5. Kedarnath sing's poem / Tr by Anamika / Indian Literature July - Aug 2018

6. துயிலின் இருநிலங்கள் - பிறமொழிக் கவிதைகள் / தமிழாக்கம் : எஸ்.சண்முகம் / தோழமை வெளியீடு, 2016

*புன்னகை இதழ் 79 / ஜூலை 2021

8. இமையின் துடிப்பில் ஒரு பட்டாம் பூச்சி

பிரெஞ்சு பத்திரிகையாளரும் Elle எனப்படும் ஃபாஷன் இதழின் ஆசிரியருமான ழீன் டொமினிக் பாபி (1952 - 1997), கடுமையான நரம்பியல் சிக்கலான locked in syndrome னால் பாதிக்கப்பட்டு, ஓராண்டில் இறந்துவிட்டார். அந்த ஓராண்டிற்குள் The Diving Bell and Butterfly என்னும் சுயசரிதக் குறிப்புகளை எழுதி முடித்தார். புத்தகத்தை எழுதியது அவரது இடது கண்ணிமை. நூல் வெளிவந்த இரண்டு நாட்களில், அவரது 44வது வயதில் விடைபெற்றுக் கொண்டார் இவ்வுலகிலிருந்து.

> **"இத்தகைய ஆரவாரத்திலிருந்து ஆசீர்வதிக்கப் பட்ட நிசப்தம் திரும்புயையில், என் தலைக்குள்ளே சிறகடிக்கும் பட்டாம் பூச்சியைக் கேட்க முடிகிறது. அதனைக் கேட்க ஒருவர் அமைதி யாயிருந்து, கவனம் செலுத்த வேண்டும் - அவற்றின் சிறகடிப்புகளை கேட்பது அரிதானது என்பதால். உரத்த சுவாசமே அவற்றை மூழ்கடித்து விடும. இது வியப்பானது. என் கேட்புத்திறன் மேம்பா வில்லை, எனினும் அவற்றைச் சீராகவும் சிறப்பாகவும் கேட்கின்றேன். எனக்கு பட்டாம்பூச்சியின் கேட்புத்திறன் உள்ளது."**

என்றெழுதும் பாபி, தனது 43 வது வயதில் திடீரென்று உடலியக்கம் முடங்கிட சக்கர நாற்காலியில் முடங்க வேண்டியவரானார். செயல் துடிப்பும் பொலிவும் வசீகர ஆளுமையுமிக்க அவர், 3 வாரங்கள் கோமாவிலிருந்து மீண்டார்.

20 வாரங்களில் 27 கிலோ எடையை இழந்தார். மனம் சரியாக செயல்பட, கால் - கைகள், வாய் இயங்காது போயின. வலது கண் செயல் இழந்துவிட, இடது கண்ணிமை மட்டும் துடித்தது. சுவாசிக்கக் கூட துணை தேவைப்பட்டது.

Pseudocoma (Locked in syndrome) என்னும் நுண்ணிய பிரச்சனையிலிருந்து குணமாகி வருவோமா, பிழைத்திருப்போமா, பிழைத்துவிட்டால் எவ்வளவு காலம் இருப்போம் என்ற கவலைகளால் தன்னை வருத்திக் கொள்ளாமல், ஏதாவது எழுதி விட வேண்டும் என்பதே அவரது உடனடி அவசமாக விளங்கியது.

எப்படி எழுதுவது? கைகளில் இடபக்கமில்லாத போது? பேச முடியாத போது? அட்சரங்களின் ஒலிப்புக்கேற்ப இமைக்கக் கற்றுத் தரப்படுகிறது. ஒவ்வோர் அட்சரத்தையும் துல்லியமாக இமைத்துக் காட்ட, பொறுமையுடனும் சிரத்தையுடனும் பயிற்சி நாளுக்கு 3 மணி நேரம், வாரத்தில் ஆறுநாட்கள வீதம் ஓர் உதவியாளர் பயிற்சி அளிக்கிறார். Partner assisted scanning என்பது இதன் பெயர். இப்படி இரண்டு லட்சம் தடவைகள் அவரது இடது இமை துடித்திட, அவரது சுயசரிதம் சார்ந்த நினைவுக் குறிப்புகள் புத்தக வடிவம் பெறுகின்றன. அசாத்தியமான மனத்திறனுடன் பாபி நினைவில் பதித்து கண்ணிமைக்க, பொறுமையாகப் பதிவு செய்து வார்த்தைகளை நூலாக்குகின்றனர் தனிப்பயிற்சி பெற்றிருந்த பயிற்சியாளர் ஸாண்ட்ரின் மற்றும் சிறப்பு செவிலியர் கிளாட் மெண்டிபில்.

அப்போது வரும் பிறந்தநாளன்று அவரால் அட்சரங்களை அப்படியே உச்சரிக்க முடிகிறது. அதனைத் தனது பிறந்தநாள் பரிசாக எடுத்துக் கொண்டு மகிழ்வடைகின்றார். **“பாழ்வெளியிலிருந்து அந்த 26 அட்சரங்களையும் மீட்டு வந்தது போலிருந்தது; எனது கரடு - முரடான குரல் தொலை தூர நாட்டிலிருந்து வெளிப்படுவதாகத் தோன்றியது. அயர்ச்சி தரும் இப்பயிற்சி, குகை மனிதன் ஒருவன் முதல் முறையாக மொழியைக் கண்டறிந்தது போல என்னை உணர வைத்தது”**

'பாறைக்குள்ளிருக்கும் துறவி போல அடைபட்டிருந்த' அவரைப் பட்டாம்பூச்சியாக உணரச் செய்தது அவரது எழுத்து முயற்சிதான். இமை, அட்சரத்தை உணர்த்துவது போல துடிக்கவும், அட்சரங்களிலிருந்து வார்த்தைகள் வடிவம் கொண்டு பக்கங்கள் ஆயத்தமாகும் தருணங்களில், விடுதலையும் கிடைத்துவிட்டது போல எண்ணியுள்ளார். ஆழ்கடலில் பணிபுரிவோரை கடலில் இறக்கும் Divebell போல அடங்கிக் கிடந்த அவரை பறக்க வைத்தது அவரது எழுத்துதான்.

நிறையச் செய்ய வேண்டியிருப்பது நினைவில் எழுகிறது. "வெளியிலோ காலத்திலோ சுற்றித் திரியலாம். **டயர்ரா டெல் ஃபூயூகோவுக்**கோ மைதாஸ் மன்னனின் அரசவைக்கோ புறப்படலாம். நேசிக்கும் பெண்ணைப் பார்த்து வரலாம், அவளருகே கிடந்து கூந்தலைக் கோதிவிடலாம். ஸ்பெயினில் கோட்டைகள் கட்டலாம், பொன்னிற முடிக்கற்றையைத் திருடலாம், அட்லாண்டிஸைக் கண்டறியலாம், குழந்தைப் பருவ கனவுகளையும் வாலிபகாலப் பேராசைகளையும் ஈடேற்றிக் கொள்ளலாம்"

பைக் விபத்தில் எலும்பு முறிவுகளுக்குள்ளானவர், ஏணியிலிருந்து விழுந்து அடிபட்டு சிகிச்சை பெற்று வரும கிழவி, ரயிலிருந்து விழுந்து கால்துண்டிக்கப்பட்டவர் என வெங்காய வரிசையென திரண்டு, கால் கைகளை அசைக் கற்றுக் கெ ாண்டிருப்பது சற்று சலனப்பட வைக்கிறது.

அலெக்ஸாண்டர் டூமாவின் The count of Monte Cristo நாவலின் Noirtier de vilefort என்னும் பாத்திரம் அவருக்கு ஞாபகம் வருகிறது. இவ்வளவுக்கும் அது ஒரு தீய பாத்திரம், பாபியை போன்ற நிலையில் அவதிப்படும். பிரேதம் போல நடமாடும் அப்பாத்திரம் கனவுகளையல்லாமல் நடுக்கங்களை வரவழைத்துக் கொள்ளும். சக்கர நாற்காலியில் முடங்கிப் போய், இமையின் துடிப்பால் மட்டுமே தொடர்புகொள்ளும். அது Locked in syndrome க்கு முதலாவது இலக்கிய உதாரணம் என்பது சற்று ஆறுதல் அளிப்பதாக உள்ளது. டூமா நாவலை நவீனமாக எழுதிப்

பார்க்க வேண்டும் என்று தோன்றவே, அதனை மீண்டும் வாசித்துப் பார்த்திருக்கிறார் டொமினிக் பாபி.

இன்னொரு நினைவுக் குறிப்பில், ழீன் - பால்கே என்னும் தீவிரவாதிக்கு, விமானப்பயணத்திற்கு தான் முன்பதிவு செய்திருந்த இருக்கையை விட்டுக் கொடுத்தது இடம் பெறுகிறது. பெய்ரூத்தில் ஹெஸ்புல்லா தீவிரவாதிகளின் பிணைக்கைதியாக இருந்தவர். இருண்ட கொட்டடியில் ஆண்டுக் கணக்கில் ஒயின் ரகங்களை வரிசைப்படுத்துவதையே வேலையாக மேற்கொண்டிருந்தவர் - இல்லாது போனால் பைத்தியமாகிப் போயிருப்பார். முரட்டுத் தனமான நிபந்தனைகள் கொண்ட வாழ்வுடன் அவர் போராடிக் கொண்டிருக்க, தான் மட்டும் ஃபாஷன் இதழின் ஆசிரியராகப் பணியாற்றுவது குறித்து அவமானம் கொள்கிறார் டொமினிக் பாபி.

இப்பிரச்சனைக்கு உள்ளாகும் சற்று முனனர், தன் மனைவியைப் பிரிந்து வந்து, இன்னொரு பெண்ணுடன் சேர்ந்து வாழத் தொடங்கியவர் அவர். அவ்வப்போது இரண்டு பிள்ளைகளைப் பார்த்து வந்துள்ளார்.

இது தொடர்பான குற்றவுணர்வும் நிறைய சாதிக்க வேண்டிய வயதில் அடைபட்டுவிட்டதும் அவரிடத்தே கழிவிரக்கத்தை உண்டாக்குகிறது. அப்போது உருக் கொள்ளும் புத்தகம், அந்தப் பாதிப்பின்றியே வந்துள்ளது.

“கழிவிரக்கமோ அவநம்பிக்கையோ அவற்றின் சுமேயேறாமல், வாக்கியங்கள் மிதக்கின்றன. சிறிய, தன்னுணர்ச்சிப் பாங்கான அத்தியாயங்களின் முன்னேற்றம் சிறகடிப்புகளை ஒத்திருக்கத் தொடங்குகிறது” என்கிறது நியூயார்க்கரின் மதிப்புரை.

நூல் வெளிவந்த இரு நாட்களில் நிமோனியா காய்ச்சலால் இறந்து போகிறார் டொமினிக் பாபி.

நரம்பியல் மருத்துவரான பால் கலாநிதி புற்றுநோயால் பாதிக்கப்பட்டு, உயிர்வாழ ஓராண்டு காலமே இருந்த நிலையில், அக்காலத்திற்குள் படைப்பாக்கத் தன்மையுடன் வாழ்ந்திட முடிவு செய்கின்றார். நரம்பியல் மருத்துவராக ஆகாது இருந்திருந்தால்,

ஆங்கலப் பேராசிரியராக இருந்திருக்க வேண்டிய அவர், ஒரு நூல் எழுதி வருகிறார். ஒரு குழந்தை பெற்றுக் கொள்கிறார். தன்னைப் பாதித்த உயிர்க்கொல்லி நோய், தனது பலிகள், வேதனைகள், விரக்தி உணர்வுகள் இருந்தும் இரண்டு உயிர்களை அவரால் பிறப்பிக்க முடிந்திருக்கிறது எவ்வளவு ஆச்சரியமானது. அந்த ஆச்சரியத்தையும் அதிசயத்தையும் தருவது டொமினிக் பாபியின் இறுதித் தருணங்கள். அலெக்ஸாண்டர் டூமா அப்படியொரு பாத்திரத்தை புனைவாக்கியுள்ளது இன்னும் ஆச்சரியமளிப்பது.

ஆதாரங்கள்

1. The Diving Bell and the Butterfly / Jean - Dominique Bauby / Tr from the French by Jeremy Leggath / Vintage International/ N.Y./ 1998.

2. www.aruma.com.au

3. when Breath Becomes Air / Paul Kalanidhi

9. நேசத்தின் நாற்பது விதிகள்

சூரியனின் முகம் மௌலானாவை நோக்கித்
திரும்பியுள்ளது ஏனெனில்
மௌலானாவின் முகம் சூரியனை
நோக்கித் திரும்பியுள்ளது.

- சம்ஸூத் தப்ரேஸ்

துருக்கியப் பின்புலத்தில், பெண்கள் தம் அடையாளங்களை மீட்டுக் கொள்வதை விவரிக்கத் தொடங்கி, ஆர்மீனியரை பெருமளவில் கொன்று குவித்த துருக்கி இஸ்லாத்தின் கோரமுகத்தை அம்பலப்படுத்துவது எலீஃப் ஷஃபக்கின் நாவல் The Bastard of Istanbul அமெரிக்கப் பின்புலத்தில் அதிருப்தி கொள்ளும் ஒரு தம்பதியரின் வாழ்வைச் சொல்லிக் கொண்டே, ரூமி - சம்ஸூத் என்னும் இஸ்லாமிய ஞானியருக்கிடையிலான அசாதாரணமான அவாதியான நேசத்தை பதிவு செய்யும் நாவல் The forty Rules of Love.

எல்லா மற்றும் டேவிட் இவர்களுக்கிடையில் நிலவும் அதிருப்தியான, வேதனையான மணவாழ்க்கை, மிக இளமையிலேயே தான் விரும்பியவனை மணக்க விரும்பும் மகள் ஜேனட்டின் ஆசையை எல்லா நிராகரிப்பது, இரட்டைக் குழந்தைகளைப் பராமரிப்பது என்று தொடங்குகிறது 'நேசத்தின் நாற்பது விதிகள்?' திருமண பந்தத்திற்கு வெளியே தன் கணவனுக்குச் சில பெண்களுடன் தொடர்பு இருப்பது தெரிய வந்து, தனக்குள் கவலை கொள்கிறாள் எல்லா. இந்நிலையில், Sweet Blasphemy என்ற தலைப்பில் எ.இஸ்ட். ஸகாரா எழுதியுள்ள நூலை வாசித்து, ஒரு

மதிப்பீட்டை அனுப்பி வைக்கும் வேலை எல்லாவுக்கு ஒப்படைக்கப் படுகிறது. இஸ்லாமிய அறிஞரான ரூமிக்கும் சூஃபித்துறவியான சம்ஸூத்திற்கும் இடையே நடந்த அதிசயமான சந்திப்பையும், இச்சந்திப்பிற்குப்பின் ரூமி கவிஞராகி ஆழ்ந்த, ஞானமிக்கப் பாடல்களை / கவிதைகளைப் படைத்ததையும் விவரிப்பது அந்நூல். அதில் வரும் சூஃபித்துறவியின் சாயலில் அந்நூலாசிரியரை அடையாளங் காணும் எல்லா, அவருடன் மின்னஞ்சல் தொடர்புகள் கொள்கிறார். சூஃபித்துவம், இஸ்லாமிய மறை ஞானம் ரூமியின் உருமாற்றம் சார்ந்த கேள்விகளாக / சந்தேகங்களாக ஆரம்பிக்கும் இம்மின்னஞ்சல், எல்லாவுக்கும் ஸஹாராவுக்கும் இடையிலான நேசமாக / காதலாக விரிவு கொள்கிறது. சாகசம், துணிகரம், ஆழ்ந்த நேசத்தின் அடையாளமாகி, ரூமியின் உருமாற்றத்திற்கு காரணமாயிருந்த சம்ஸத் போலவே ஸகாரா இருந்து, எல்லாவை ஈர்த்து விடவே, எது பற்றிய யோசனையும் தயக்கமும் இன்றி, வீட்டிலிருந்து புறப்படுகிறாள் ஸகாராவைச் சந்திக்க. ஆனால் சிறிது காலத்திலேயே புற்றுநோய் பாதித்து ஸகாரா இறந்துவிடுகிறார். காதலித்தவனுடன் வாழ்ந்து பின் சீக்கிரமே அவனிடமிருந்து விலகி வாழநேரும ஜேனட் மட்டுமே தன் தாயின் சிக்கலான முடிவைப் புரிந்துகொள்கிறார்.

II

இந்தக் கதைச் சட்டகத்தின் இடையே, எல்லா -ஸகாரா மின்னஞ்சல்களும், ரூமி, இஸ்லாமிய அறிஞராக இருந்து, கவிஞராக தத்துவாசிரியராக உலகளாவி।। ஆன்மிகத்தை முன்வைப்பவராக மாறுவதும் இடம்பெறுகிறது.

‘ஒவ்வொரு கணத்திலும், ஒவ்வொரு புதுச் சுவாசத்திலும் ஒருவர் தன்னைப் புதுப்பித்துக் கொள்ள வேண்டும், மீண்டும் புதுபபித்துக கொள்ள வேண்டும்’ என்னும் நாற்பதுவிதிகளில் ஒன்றினை வற்புறுத்துவது போல ஷஃபக் விவரித்துச் செல்கிறார்.

சிறு வயதிலிருந்தே சூஃபித் தத்துவத்தில் ஈடுபாடு, கொண்டு, கலகக்கார மாணவியாக விளங்கி, நாவல்களில் ஒன்றுக்கு 1998 இல் மௌலானா ரூமி விருது பெற்ற எலீஃப் ஷஃபக்கிற்கு இந்த நாவலின்

உருவாக்கம் பெரிய திருப்புமுனையாக இருந்திருக்க வேண்டும். இஸ்லாமிய அடிப்படை நூல்கள், ரூமியின் எண்ணற்ற பாடல்கள், சம்ஸூத்தின் கவர்ச்சியான ஆளுமை ஆகியவற்றை முழுமையாக உள்வாங்கி நவீன உலகியல் வாழ்வுப் போக்கைத் தொட்டு, அனுபூதியின் பெருங்கடலில் நீந்துகிறார். கற்றுத் தேர்ந்த நூல்களை விடவும், இதயத்தைப் பரிசுத்தமாக்கும் தஸவ்வுஃப் எனும் ஞானப் பாதையே இறைவனைச் சந்திக்கும் பாதை என்றுணரும் போது,

‘ஒரு அகல் விளக்காய் ஆகிவிடு
ஒரு ஏணியாய் மாறிவிடு
ஒரு உயிர்காக்கும் படகாய்
தத்தளிப்போரைக் கரைசேர்
காயப்பட்ட ஆன்மாவுக்கு
ஔடதமாக இரு’

என ரூமி உணர்ந்ததை உள்வாங்கிக் கொள்கிறார்.

மேலும் ஒருவரின் பார்வையில் அனைத்தையும் விவரிக்காமல், ஒவ்வொரு பாத்திரமும் தன் பார்வையை இக்கலை அணுமுறையை முன் வைக்கும். மசூதியில் நுழைநது விட்டதற்காக அடித்துத துரத்தப்படும் வேசி பற்றி ஓரிடத்தில் விவரிக்கபபட்டால் இன்னோர் அத்தியாயம் அவ்வேசி பேசுவதாக இருக்கும். அப்படியே ரூமியின் மனைவி கெர்ரா, இருமகன்கள் ரூமியின் வளர்ப்புப் பெண் கிம்யா, சம்ஸுத்தைக் கொலை செய்பவன், ரூமி, சம்ஸுத் என ஒவ்வொரு பாத்திரமும் தன் அகத்தை வெளியீட்டுப் பேசும்.

மேற்குலக வாழ்க்கை - கிழக்குலகப் பார்வை எழுத்து மரபிலான எடுத்துரைப்பு - வாய்மொழி சார்ந்த கதை சொல்லல், இஸ்லாமிய தத்துவம் - சூஃபி கண்ணோட்டம் என வேறுவேறு நிலைகளை சந்திக்க வைத்து, ஒரு புதிய செறிவையும் வளத்தையும் நாவல் எழுத்துமுறைக்குக் கொண்டு வந்து சேர்ந்துள்ளார். ருமியும் சம்ஸுத்தும் 40 நாட்கள் சந்தித்து, விடாது உரையாடியதை ‘இரு பெருங்கடல்களின் சங்கமம்’ என்றுணர்த்தி, இனங்கள், மொழிகள், மதங்கள், பண்பாடுகளின் சங்கமத்தை சாத்தியமாக்கியுள்ளார்.

தன் எழுத்துமுறையிலும் ஒரு தனித்துவத்தை அவர் பின்புற்றுகிறார். முதலில் ஆங்கிலத்தில் தான் எழுதியதை, துருக்கி

மொழிக்கு மொழி பெயர்க்கச் செய்து, பின் துருக்கியிலிருந்து மீண்டும் ஆங்கிலத்தில் திருத்தி அமைப்பது அவரது பாணி - அப்போது தனது சந்தம், ஆற்றல், சொற்கோவை கொண்டு வளமான மொழியில் தன்னை வெளிப்படுத்த முடிகிறது அவரால்.

“ஆங்கிலத்தில் எழுதுவது, எனக்கும் நான் சார்ந்த பண்பாட்டுக்கும் இடையே அறிதல் தூரத்தை உருவாக்குகிறது; புதிரான வகையில், இது துருக்கி மற்றும் துருக்கித் தன்மையை நெருக்கமாகக் காணச் செய்கிறது. The Bastard of IStanbul, ஆர்மீனிய மற்றும் துருக்கியக் குடும்பம், பேசப்படாத கடந்த கால அதிக்கிரமங்களில் குவிமையம் கொள்ளும் நாவல். இதனை நான் துருக்கி மொழியில் எழுதியிருப்பின், அது மாறுபட்ட புத்தகமாக இருந்திருக்கும் -மிகவும் கவனமிக்கதாக, மிகவும் சந்தேகமிக்கதாக இருந்திருக்கும். ஆனால் ஆங்கிலத்தில் எழுதியமையால், துருக்கி மொழியில், நனவி விரீதியில் நான் தனதாக்கியிருந்த பண்பாட்டு - உளவியல் சிக்கல்களிலிருந்து என்னை விடுவித்தது. சில சமயங்களில் இன்மை, நிஜத்தில் பிணைப்பாகிறது; தூரம் உங்களை நெருங்கிப் பார்த்திட உதவும்.”

தாய்மொழியில் எழுதினால் சிறப்பாயிருக்கும் என்பது பொய்யா?

பொய்யில்லை. ஷஃபக் இருமொழிகளில் எழுதி, ஒரு பிரதியை உருவாக்குகிறார். அது செறிவும் வளமும் பெற்று விடுகிறது. ‘ஒன்றுக்கு மேற்பட்ட மொழிகளில் நம்மால் கனவுகாண இயலுமாயின், ஒன்றுக்கு மேற்பட்ட மொழிகளில் எழுதவும் முடியும்’ என்கறிார் ஷஃபக்.

III

நாவலின் தலைப்பான ‘நேசத்தின் நாற்பது விதிகள்’ என்பது சூஃபித்துறவி சம்ஸுத் உருவாக்கியவற்றைக் குறிப்பது. கனவுகளுக்கு விளக்கம் கூறிப் பிழைத்து வந்தவரான சம்ஸுத் ஒரு தடவைக்கு மேல் ஓரிடத்தில் தூங்காமல், ஒரே பாத்திரத்தில் இருமுறை உண்ணாமல், அலைந்து திரியும் டெர்விஷ் என்றால் சூஃபிக்ளின்

சுழலாட்டம் இந்தச் சுழலாட்டம் அவர்களை அனுபூதிக்குள் இட்டுச் செல்லும்.

ரூமி கற்றறிந்த, தத்துவம் தேர்ந்த, சமய நெறிகளை முழுமையாக மேற்கொண்ட அறிஞராக ஆயிரக்கணக்கான சீடர்களைக் கொண்டவராக செல்வாக்கு மிக்கவராக அனடோலியாவில் இருந்தார். ஆனால் உள்ளுக்குள் ஒரு வெறுமை/அதிப்தி பெற்றிருந்தார். இதனைச் சரிசெய்து ரூமியை இன்னும் முழுமையானவராக மாற்றிட வந்தவர் போல, ரூமியின் **37** வயதில் **60** வயதான சம்ஸுத் சந்தித்தார். எடுத்த எடுப்பிலேயே பரஸ்பரம் ஈர்க்கப்பட்ட அவர்கள், குடும்பம், சமூகம் எனப்புற உலகத்தை மறந்து, உரையாடிக் கொண்டே இருக்கின்றனர் நாற்பது நாட்களாக அதன் பின்னரே வெளி உலகிற்கு வருகின்றனர். மூன்றாண்டுகள் வரை தொடர்கிறது இந்நட்பு. மூன்றாண்டுகள் கடைசியில் சம்ஸுத் பிரிய நேர்கிறது. ரூமியின் குடும்பத்தினருக்கும் நண்பர்களுக்கும் சீடர்களுக்கும் சம்ஸுத் மீது பொறாமை. தங்களுக்கு உரியவரை சம்ஸுத் அபகரித்துக் கொண்டார் என. பொறாமை விரோதமாக வளர்கிறது. இதனால் சம்ஸுத் பிரிய நேர்ந்தது என்பது ஒரு அனுமானம். இல்லை, சம்ஸுத கொல்லப்பட்டார் என்பது இன்னொரு அனுமானம்.

சம்ஸுத்தின் பிரிவு, தாளாத வருத்தத்தை ஏக்கத்தை ரூமியிடம் ஏற்படுத்த, அவ்வேதனையினை கவிதைகளாக்குகிறார் ரூமி. அது நண்ர்களின் பிரிவாக மட்டுமல்லாமல், காதலர்களின் பிரிவாக, குரு - சீடன் பிரிவாக ஆழ்ந்து கொண்டே செல்கிறது. அதனின்றும் கிடைத்திருப்பது **3000** கஸல்கள், **2000** ரூபையாத்துகள், மஸ்னவி என்னும் ஆன்மிக இதிகாசம். அது லைலாவைப் பிரிந்த மஜ்னுவின் தவிப்பாக மாறுகிறது.

இது போன்றதொரு நட்பும் பிரிவும் தமிழகத்தில் இருந்ததாக நிஷா மன்சூர் சுட்டிக்காட்டுகிறார். பொதக் குடியில் சமாதி கொண்டிருக்கும் நூர் முஹம்மத் வலியுல்லாஹ்வுக்கும் பெரம்பூரில் சமாதி கொண்டிருக்கும் படேஷா வலியுல்லாஹ்வுக்கும் இடையே அது நிலவியது. நூர் தலைமைப் பேராசிரியர், படேஷா ஒரு பக்கரி.

ரூமி ஓரிடத்தில் எழுதுகிறார்:

“காதலர்கள்
இறுதியில் எங்கேனும்
சந்தித்து கொள்வதில்லை.
அவர்கள் ஒருவருக்குள்
மற்றவராக
இருந்து வருகிறார்கள்
காலம் காலமாக.”

சம்ஸுத்தைப் பிரிந்தது ஏன் ரூமிக்கு அவ்வளவு இழப்பாக, தவிப்பாக இருந்தது? சம்ஸுத் ரூமியின் வாழ்வில் / ஆளுமையில் ஏற்படுத்தியிருந்த தாக்கம் அத்தகையது.

இதற்கு இணையான கதை ஒன்று குரானில் இடம் பெறுகின்றது.

அளப்பரும் அறிவு பெற்றிருந்த மோசஸ், தன்னை விடக் கற்றறிந்தவன் இருக்கின்றானா என இறைவனிடம் வினவினார். கித்ரு என்பவனை நாடிச் சென்றால், தேவையானதை கற்றுத் தருவான் என்றார். ஒரு மீனை எடுத்துச் சென்று, அது மாயமாகும் இடத்தில் கித்ருவைக் காணலாம் என்ற குறிப்பையும் தந்தார். இருகடல்கள் சங்கமமாகும் இடத்தை மோசஸும் அவரது பணியாளரும் வந்து சேர்ந்தபோது, மீனைப் பற்றி மோசஸ் கேட்க, அது பாதி வழியில் கடலுக்குள் போய் விட்டது, இதுபற்றி தங்களுக்கு நினைவூட்டாத வகையில் மறந்து போகுமாறு சாத்தான் செய்து விட்டது என்கிறான். இருவரும் அம்மீன் மாயமான இடத்திற்குத் திரும்பிவர, அங்கே கித்ருவைச் சந்திக்கின்றனர்.

தான் செய்பவற்றைக் குறித்து எதுவும் வினவாமல் இருந்து பொறுமை காத்தால், கற்றுக் கொள்ளலாம் என்கிறான் கித்ரு. ஓரிரு முறை மோசஸ் அ தனை மீறினாலும் சகித்துக்கொள்ளும் கித்ரு இறுதியில் கூறுவது:

‘மற்றவர்களின் நலனுக்காக உழைப்பதே நம்மை மேம்படுத்திக் கொள்வதற்கான சிறந்த வழி. உங்களுக்காகவே செயல்பட்டால் ஒருபோதும் மகிழ்வடைய முடியாது.

ஆயிரக் கணக்கான ஆண்டுகால வரலாற்றிலிருந்து கிட்டும் அனுபவப் பாடம் இது.'

குரானில் இடம்பெறும் இப்பதிவை தன் புனைவில் வசீகரமானதாக்குகிறார் ஷஃபக். 'செல்வாக்குடன் திகழ்ந்த அறிஞரான ரூமி ஒருநாள் தீர்க்க தரிசியாக, விரம் செறிந்த தளகர்த்தராக, சட்டத்துறை நிபுணராக ஆகிடும் நிலையில் இருந்தார். ஆனால் அவரது மூன்றாம் விழியைத் திறப்பதற்கு ஓர் ஆன்மிக சகா தேவைப்பட்டான். அவன்தான் விரக்தியுற்றோருக்கும் துயரப் பட்டோருக்கும் ஆறுதலளிக்கும் சம்ஸுத்'

கித்ரு செய்தவற்றையே சம்ஸுத்தும் செய்து, ரூமியின் மூன்றாம் கண்ணைத் திறக்கிறார். கண்ணியம் மிகுந்தவராக, கனவானாக சமூகத்தில் மதிக்கப்பட்ட ரூமியை மதுக்கடைக்குச் சென்று மதுவாங்கி வரச் செய்கிறார், மதுவிடுதியில் மது அருந்தவைக்கிறார், அவர் மதிக்கும் புத்தகங்களையெல்லாம் தண்ணீரில் எறிகிறார், அதுவரை கற்றவற்றையெல்லாம் தூக்கி எறியச் சொல்கிறார். தான் போதித்து வந்த மசூதியிலேயே பிச்சை கேட்குமாறு நிர்ப்பந்திக்கிறார். குடிகாரர்கள், பிச்சைக்காரர்கள், தொழுநோயாளிகள், திருடர்கள், வேசிகள், சூதாடிகளை அறிந்திராது இருந்து வந்த அவர், மேட்டுக்குடியினரிடமிருந்து விலகி வந்து சாதாரண மக்களுடன் கலக்குமாறு செய்கிறார். பைத்திய நிலையின் மதிப்பை உணர்ந்து, தனிமை, நிராதரவற்றநிலை, வசை, ஒதுங்கிய நிலை, மனமுடைந்து போதலை எல்லாம் அனுபவிக்கச் செய்கிறார்.

'ஆதாயமானவற்றிலிருந்து தப்பியோடு!
நஞ்சினை அருந்தி வாழ்வின் நீரைக் கொட்டிவிடு
பாதுகாப்பை உற்றித்தள்ளி பீதிதரும் இடங்களில் தங்கு!
புகழ்ச்சியை வீசியெறிந்து, அவமானப்பட்டவனாக மாறு!'

என்பதை நிறைவேற்றுகிறார்.

அதுவரை இஸ்லாமிய மார்க்கத்தை தன் மக்களுக்குக் கற்பித்து வந்த ரூமி, இப்போது அனைவருக்குமாக உலகளாவிய ஆன்மிகத்தை முன்வைக்கிறார்.

“நான் கவிஞனாக மாறிக கொண்டிருந்தேன். மொழியின் சுல்தானாக! ஆனால் அக்கவிதைகள் எனக்குரியவை அல்ல. என் வாயில் இடப்பட்ட அட்சரங்களுக்கான கருவி மட்டுமே நான். பதிவு செய்யுமாறு கட்டளையிடப்பட்ட வார்த்தைகளை எழுதிடும் பேனாவைப் போல, தனக்குள் சுவாசிக்கப்பட்ட சுரங்களை இசைத்திடும் புல்லாங்குழலைப் போல, என் பங்கை நான் செய்கிறேன்.”

மோசஸ் - கித்ரு, ரூமி - சம்ஸுத், நூர் - படேஷா போன்ற உறவு நிலைகள் போல, யார் உயர்ந்தவர், யார் குரு என்ற விகற்பம் இன்றி, உருவப்பொலிவு ஈர்ப்புத்தன்மைகள் தாண்டி நிற்பது காதல் - ஒரு வகையில் அது உயிருடன் ஒன்றாகி விடுதல் என்பதை விளக்கும் வகையில் ஷஃபக், லைலா - மஜ்னு காதலை முழுமையான தன்மையில் விவரிக்கும் இடம் அற்புதமானது - ஏனெனில் இக்கதையின் ஓரம்சம் மட்டுமே இதுவரை சொல்லாடலாகியுள்ளது.

லைலாவின் அழகில் மயங்கி பைத்தியமாகிவிடும் நாடோடி கயஸின் கதையைக் கேள்விப்படும் மன்னர் ஹாருண் அல் - ரஷீத், லைலா தனிச்சிறப்பானவளாக ஈடுயிணையற்ற அழகியாக இருக்க வேண்டும் என்றெண்ணுகிறார். லைலாவை தன் முன் நிறுத்துமாறு ஆணையிடுகிறார். முகத்திரையை விலக்கிய லைலாவைக் கண்டதும் திகைத்துப் போகிறார், ஏமாற்றமுறுகிறார். காரணம் : லைலா அப்படியொன்றும் அசாதாரண மானவளில்லை. சாதாரண மனிதத் தேவைகளும் பல நிறைகுறைகளும் நிறைந்த சாதாரணப் பெண்ணாக, எண்ணற்ற பெண்களில் ஒருத்தியாகவே இருந்தாள்.

‘மஜ்னு பித்தாகிப் போனது உன்னால்தானா? மிகச்சாதாரணப் பெண்ணாகத் தோன்றுகிறாய். உன்னிடமுள்ள சிறப்பான தன்மை என்ன?’ என்று கேட்டுவிடுகிறார்.

‘நான் லைலாதான். ஆனால் நீங்கள் மஜ்னு இல்லையே! மஜ்னுவின் கண்களால் தாங்கள் என்னைப் பார்க்க வேண்டும். இல்லாது போனால் காதல் என்னும் இம்மர்மத்தை தங்களால் ஒருபோதும் தீர்க்க இயலாது’ என்கிறாள் லைலா.

ரூமியின் உறவினர்களும் சீடர்களும் ரூமி - சம்ஸூத் நேசத்தைப் புரிந்து கொள்ளாததும் இதே மர்மம்தான்.

‘நேசத்தை விளக்க இயலாது, இருந்தும் அனைத்தையும் விளக்குகிறது’

ஸகாராவின் வாழ்க்கையில் எல்லாவை ஈர்க்கக் காரணமாயிருந்தவை எவை?

போராட்டங்களும் புரட்சிகளும் கடத்தல்களுமாய் நிறைந்திருந்த இருபதாம் நூற்றண்டின் அறுபதுகளைச் சேர்ந்த ஸகாராவுக்கு இருபதாவது வயதில், புகைப்படக் கலையில் நாட்டம் மிகுந்து, பின் தீவிர ஒளிப்படக் கலைஞராகிறார். இது தொடர்பான ஒரு பயணத்தின் போது மார்கட் என்னும் டச்சு பெண்ணிடம் காதல் வயப்படுகிறார்; மணமுடித்துக் கொள்கிறார்.

ஸகாராவை விட 8 வயது மூத்த மார்கட், அழகும் தலைக்கனமும் மிக்கவள்; ஒரு நாடோடி, தீவிரத்தன்மை மிக்கவள், லட்சியவாதி; இடதுசாரித் தன்மை, இருபாலுறவு ஈடுபாடு, பல்பண்பாட்டுவாதி என பன்முகத் தன்மையும் முரண்பாடுகளும் மிக்கவள். துருவ நிலைகளிலான உணர்வோட்டங்கள் கொண்டவள். அரசியல் - மனிதாயக்காரணங்களுக்காக புலம் பெயர்ந்து அய்ரோப்பாவில் அகதியராகத் தத்தளிப்போருக்குத் துணை நிற்பது மார்கட்டின் பெரும்பணியாக இருந்தது.

புகலிடம் கோரி விண்ணப்பித்திருந்த ரஷ்யப் பத்திரிகை யாளருக்கு உதவும் வகையில் அவரைப் பார்க்கச் சென்ற போது, சாலைவிபத்தில் மார்கட் மடிந்து விடுகிறார்.

புகைப்படத் துறையில் சிறந்து விளங்கி அடுத்து பெரிய நிறுவனங்களின் நிர்வாகத்தில் ஈடுபட்டு வாழ்வில் முன்னேறிடும் அபலிாஷைகள் கொண்டிருந்த ஸகாரா அஸிஸ் திகைத்துப் பேகிறார். இச்சந்தர்ப்பத்தில்தான் சூஃபித்துவ நாட்ட முடையவராகி விடுகிறார்.

இத்தகு வாழ்க்கை கொண்டிருந்த ஒருவர், தான் சந்திக்க வேண்டியவர் மட்டுமல்ல, இணைந்து கொண்டு வாழ வேண்டியவரும் கூட என எல்லா முடிவெடுக்கிறாள்.

மார்கட் மறைந்த பிறகு மீண்டும் மணமுடிக்காமல், இரு அநாதைக் குழந்தைகளை எடுத்து வளர்ப்பதும், சம்ஸுத்தை நினைவூட்டுவதாக எப்போதும் ஒரு ஆரத்தை அணிந்து கொள்வதும், சூஃபித்துவதைக் கற்றுத் தருவதுமாக இருக்கும் சம்ஸுத்தை எல்லா தேடிப் போவதில் வியப்பும் இல்லை....

“நல்லதை அனுபவித்துக் கொண்டு மோசமானதை வெறுப்பது எளிது. யாரும் அதனைச் செய்யக்கூடும். நல்லதையும் மோசமானதையும் ஒரு சேர நேசிப்பதுதான் சவால்; அது மிருதுவானதுடன் முரட்டுத்தன்மையானதை எடுத்துக் கொள்ள வேண்டும் என்பதால் அல்ல, மாறாக இத்தகு வரையறைகளைத் தாண்டிச் சென்று, நேசத்தை முற்ற முழுக்க ஏற்றுக் கொள்ள வேண்டும் என்பதற்காக ” என்ற அணுகுமுறையை எல்லா கைக்கொள்கிறார்.

‘சிலரிடத்தே சம்ஸுத்திற்குச் சமமானவர்கள் இருப்பினும், ரூமிகளை எங்கே பார்க்க முடியும்?’ என ஸகாரா அடிக்கடி எல்லாவிடம் மின்னஞ்சல்களில் கேட்பதுண்டு.

அத்தகைய ரூமிகளில் ஒருவராக எல்லா தன்னைக் கண்டு கொள்ளும் புள்ளியில்தான், ஸகாராவை நாடிச் செல்கிறாள்.

‘அனைத்து வேறுபாடுகளுடனும் முரண்பாடுகளுடனும் பிரபஞ்சத்தை ஒட்டுமொத்தமாக நம்மால் அரவணைத்துக் கொள்ள முடியுமானால், அனைத்தும் ஒன்றாகக் கரைந்து விடும்’ என்பது அவளிடத்தே ஆழப் படிந்துவிடுகிறது.

நடனம், இசை போன்றவற்றைக் கடுமையாக நோக்கிய இஸ்லாத்திலிருந்து மாறுபட்டு சூஃபி மரபின் அணுகுமுறையினை ரூமி மேற்கொள்கிறார். சம்ஸுத் பரிச்சயப்படுத்திய, பாடல் சார்ந்த சுழலாட்டத்தைத் தன் சகாக்களுடன் ஆடிப் பார்க்கிறார். இயற்கை எல்லாம் பாடிக் கொண்டிருக்கையில், மனிதன் மட்டும் ஏன் அதனை

அவமதிக்க வேண்டும்? "இதயம் துடித்துக் கொண்டிருக்க, பறவையின் இறக்கைகள் சடசடக்க, புயலடிக்கும் இரவில் காற்று ஓலமிட, கொல்லன் தன் பட்டறையில் சப்திக்க, கருப்பையில் உள்ள குழந்தை சப்தங்களால் சூழ்ந்திருக்க... இசையிலிருந்து பாடலிலிருந்து மனிதன் எப்படி விலகி இருப்பான்? ஒரு மகோன்னதமான இன்னோசையில் ஒவ்வொன்றும் வேட்கையுடனும் தன்னெழுச்சி யுடனும் பங்கேற்கின்றது. சுழன்றாடும் டெர்விஸ்களது நடனம் அந்நித்திய சங்கிலியில் ஒரு கண்ணி கடலின் ஒரு துளி, ஒட்டுமொத்தக் கடலையும் தன்னுள் கொண்டிருப்பது போல, நமது நடனம் பிரபஞ்ச ரகசியங்களை பிரதிபலிக்கவும் செய்யும், மூடிமறைக்கவும் செய்யும்"

ஆக நடனமும் இசையும் தேர்ச்சி பெறும் ஒன்றாக இல்லாமல், ஆன்மிகப் பயிற்சிக்கான சாதனமாகின்றது.

'எங்கள் தோழமையில் ரூமியும் நானும், அசாதாரணமான அழகினை அனுபவித்தோம் மற்றும் ஒன்றையொன்று தீராது பிரதிபலித்திடும் இரு கண்ணாடிகள் மூலம் முடிவிலியை எதிர்கொள்வது எப்படிப்பட்டது என்பதை அறிந்து கொண்டோம்.'

ஆதாரங்கள்

1. The Forty Rules of Love | Elif Shafak | Penguin Books, 2015 (2010)

2. The Story of Moses and Kildr - The Holy Quran / verses (60 -65)

3. Rumi's silence and love / Hoosa Raza / economic times - the - speaking - tree

4. Shams Tabrizi / sufiwiki. com

5. Me & Rumi - The Autobiography of shams-i-Tabrizi/ Tr, Introducedand Annotated by william chittick / Fons vitae, kentucky, 2004.

10. ஷெல் சில்வெர்ஸ்டீன் : கலைத்துச் சிதைத்தல் – கொண்டாடிக் குதூகலித்தல்

ஷெல்டன் ஆல்லன் சில்வெர்ஸ்டீன் என்னும் முழுப் பெயருடைய சில்வெர்ஸ்டீன் (1930 - 99) ஒரு கேலிச்சித்திரக்காரர் கவிஞர், நாடகாசிரியர், குழந்தை இலக்கிய ஆசிரியர் எனப் பன்முக இலக்கியவாதியாயிருந்தார். யதார்த்தமும் மானுட உறவுகளும் அபத்த நிலையை எட்டிடும் விளிம்புகளிலிருந்து அவரது செயல்பாடு பிறக்கிறது. ஒருபுறம் எழுத்தில் கேலிச்சித்திரத்தில் மாயாஜாலம் செய்து சர்க்கஸ் கோமாளிபோல குதூகலப் படுத்துகிறார். மறுபுறம் அமைப்பினை அதிகாரத்தைப் பரிகசித்து சிரிக்க வைக்கிறார். 'விதிகளுக்கு எதிரானவர்' என்பது அவரைப் பற்றிய வரையறைகளுள் ஒன்று.

'வசதியான காலணிகளும் விட்டு வெளியேறுவதற்கான சுதந்திரமும் வாழ்வில் இரு முக்கியமானவை' என்பது அவர் வற்புறத்தி வந்தவை.

புதையல் ஓரிடத்தில் இருப்பதாக அறிந்து, அங்கு நான்கடி தோண்டியதும், பேழை காணப்படுகிறது. ஆனால் அதன் மீது 'இத்தங்கத்தை எடுப்பவனுக்கு சாபம் கவியும்' என்ற வாசகம். அப்படி எழுதிப் புதைத்து வைத்துவன் கொள்ளைக் காரன் மார்கன். இத்தங்கத்தில் / இச்சாபத்தில் எனக்கு எவ்வளவு வேண்டும் என்பது பிரச்சனை...

வியட்னாம் போரில் பங்கேற்று அவப்பெயர் வாங்கிய அமெரிக்காவின் செயலை Vietnaming (சீரழித்தல் / அவப்பெயர்

பெறுதல்) என்னும் விளை சார்ந்த சொல்வாக்கி அம்பலப் படுத்துவார்.

ஓர் விளையாட்டில் தோற்பவன் தலைவிழுந்து உருண்டோடி விடுகிறது. இப்போது அவனால் பார்க்க முடியவில்லை பேச முடியவில்லை, கேட்க முடியவில்லை, சிந்திக்க முடியவில்லை ஏனெனில் கண்களும், வாயும், காதும், மூளையும் உருண்டோடிய தலையில் உள்ளன.

'வெள்ளைப்பட்டைகளுடன் கருப்பாயிருக்கிறாயா (அ) கருப்புப் பட்டைகளுடன் வெள்ளையா யிருக்கிறாயா' என்று வரிக்குதிரை ஒன்றிடம் கேட்கப்படுகிறது. பதில் கூற வேண்டிய வரிக்குதிரை. தன் பங்கிற்கு அடுக்கி விடுகிறது கேள்விகளால், நீ 'தீய பழக்கங்களுடைய நல்லவனா? நல்ல பழக்கங்களுடைய தீயவனா? சச்சரவு வேளைகளில் அமைதியானவனா? சில துயரமான தினங்களில் மகிழ்ச்சியாய் இருப்பவனா? மகிழ்ச்சியமான தினங்களில் துயரமாய் இருப்பவனா....' எனத் தர்க்கத்தை நீட்டித்து போதும் போதும் என்று சொல்லவைத்து விடும்.

ஒரு மன்னனுக்குப் பிடித்ததெல்லாம் Peanut butter sandwich (வேர்க்கடலையால் வெண்ணெயில் தயாராகும் ஒரு பண்டம்). அவனது மணிமுடியிலிருந்து உண்ணும் விருந்துவரை எல்லாம் சாண்ட்விச்தான். சாண்ட்விச் செய்வது எப்படி என்று தான் பள்ளியில் கற்றுத்தரப்படும். ஒருநாள் சாண்ட்விச் தின்று கொண்டிருக்கும் மன்னனின் வாய் அடைத்துக் கொள்கிறது. யாராலும் வாயைத் திறக்க வைக்க முடியவில்லை. மருத்துவராலும் இயலவில்லை. தீயணைப்பு வீரராலும் தச்சராலும் முடியாது போகிறது. 20 வருடங்களாக முயன்று பார்த்து மக்கள் அல்லாடியதும், மன்னனின் தாடை உடைபடுகிறது. அப்போது மன்னனின் வாயிலிருநது வரும் வார்த்தைகள் - 'ஒரு சாண்ட்விச் கிடைக்குமா?'

"ஞாயிறு விருந்து கொண்டாட்டமாயில்லை
ஈஸ்டர் விருந்து கெடுவாய்ப்புகளே
கோழியல்லது வாத்தின்

பார்வையில்” என்று யதார்த்தத்தின் மறுபக்கத்தை முன்வைப்பார்.

‘அழுகின்ற எறும்பின் கண்ணீர்துளி உனது நீச்சல்குளமாகும்’ எனஒருவரியில் இடம்பெறும் படிமம் நுண்மையாயும் ஆகிவிடும்.

‘என் தந்தை பெண் குழந்தையை விரும்ப, தாயோ இரட்டைக் குழந்தைகள் வேண்டுமென்றாள்; என் தாத்தா போற்றியது ஹிட்லரை ஆக நான் செய்தவையெல்லாம் தவறானது’

என்று கூறிடும் அவர், தன் தந்தையைத் தேடிக் கண்டறிந்து கொன்றுவிடத் துடிக்கும் மகனை இன்னொரு கவிதையில் விவரிப்பார். மகன் மூன்று வயதாயிருக்கையில் மகனுக்கும் மனைவிக்கும் எதுவும் விட்டுச் செல்லாமல், வீட்டிலிருநது ஓடிப் போனவர் அத்தந்தை,மகனின் கோபம் அதற்காகக் கூட இல்லை; தனக்கு sue என்று பெயரிட்டதற்காக. Sue என்பது வினைச் சொல்லாக ‘வழக்குத் தொடு’, ‘வேண்டு’ என்று பொருள் படும். தந்தை மகன் உறவு நிலையில் உள்ள முரண்பாடுகள் பல தளங்களில் ஆராயப்பட்டிருக்க, சில்வெர்ஸ்டீ-னுக்கு ஒரு பெயர் போதுமானதாயிருக்கும்.

II

ஹங்கேரியிலிருந்து புலம்பெயர்ந்து அமெரிக்காவில் குடியமர்ந்த தந்தைக்கும் அமெரிக்கத் தாய்க்கும் பிறந்தவர் சில்வர்ஸ்டீன். படிப்பதில் சில்வர்ஸ்டீன் நாட்டம் காட்ட, தந்தை தனது ரொட்டித் தொழிலில் கட்டாயப்படுத்தினார் முரட்டுத் தனமாக, கொரிய யுத்தத்தில் பங்கேற்று ஓய்வு பெற்ற சில்வர்ஸ்டீன் கேலிச்சித்திரக்காரராக மாறினார். கவிதைகளை அவ்வளவு சரளமாக எழுதினார். பாடல்கள் புனைந்தார். நாடகங்கள் உருவாக்கினார். சிறுவர்களுக்காக கதைகள் தந்தார்.

குடும்பம் என்ற நிறுவனத்தை உருவாக்கிக் கொள்ளாமல் நாடோடி வாழ்வு வாழ்ந்தார். அப்படி இருந்தும் ஒரு பெண்ணுடனான உறவில் பிறந்த மகள் சோஸன்னா 11வது வயதில்

மூளை வீங்கி பலவீன முற்றதால் இறந்து போனது அவரைப் பெரிதும் பாதித்தது. சுமார் **20** வருடங்கள் வெளி உலகத் தொடர்புகளின்றி வாழ்ந்துள்ளார். ஊடகங்களுக்கு நேர்முகமளிக்க மறுத்திருக்கிறார். தன்னைப் பற்றிப் பேச விருப்பமில்லாது இருந்துள்ளார். **1999** இல் மாரப்படைப்பால் மடிந்தார்.

'பேஸ்பால் ஆடவும் பெண்களுடன் சுற்றவும் ஆடவும் விளையாடவும் முடியாததால் எழுதவும் வரையவும் தொடங்கினேன்' என்பார். பொருளாதார நெருக்கடி கால வாழ்வு, முரட்டுத்தனமான தந்தை, ராணுவப் பணி என வதைக்கின்ற அம்சங்களாலேயே உருவான ஆளுமை இருந்தும், சில்வெர்ஸ்டீனால் அபத்தத்தை பரிகசிக்க முடிந்துள்ளது. குழந்தைகளுக்கு எழுதும் கொண்டாட்ட மனநிலை பெற்றிருக்க முடிந்துள்ளது.

ஓர் ஆப்பிள் மரக்கனிகளை பசித்த போது தின்று பசியாறுகிறான் ஒரு சிறுவன். பிற்பாடு அவனுக்குப் பணம் தேவைப்படும் போது, ஆப்பிள்களை விற்று காசாக்கிக் கொள் என்கிறது மரம். அடுத்து கிளைகளை வெட்டிக் கொள்வான். அடிமரத்தையும் வெட்டி விற்றுவிடுவான். எஞ்சியிருக்கும் மரத்துண்டத்தில் அமர்ந்திருப்பான். இது அவரது The Giving Tree கதை விவரிப்பது.

எவ்வளவோ சிக்கலான ஆளுமையாக நிலைப்படாத நாடோடி வாழ்கை உடையராக இருக்க நேர்ந்தும் ஆப்பிள் மரமாக அவரால் எழுத முடிந்துள்ளது. வரைய முடிந்துள்ளது. வாசகர்களை அகமகிழ வைக்க முடிந்துள்ளது. எழுத்தாளரது ஆளுமையின் பிரச்சனை இழைகளாக பின்னப்படத் தொடங்கி, வேறொரு ரூபத்தில் வெளிப்பட்டு, வாசகளிடம் சென்று சேர்ந்து விடுகிறது எழுத்தென்னும் நிகழ்வுப்போக்கு...

ஆதாரங்கள்

1. Shel silverstein poems / poemhunter. com, The world's Poetry Archive, 2004
2. "The Giving Tree" at 50.... / Ruth Hargalit / The Newyorker - Nov 5, 2014.

11. மிகைல் ஜோஸ்செங்கோ (1894 – 1958)

இத்தகு சோகமான மனிதர்,
அண்டை அயலாரை கட்டாயமாக
சிரிக்க வைத்துவிடும் அதிசயத்
திறமையுள்ளவராகக் காண்பது விசித்திரமே.

- சுகோவ்ஸ்கி

15 Great Russian short stories தொகுப்பில் ஜோஸ்செங்கோவின் 3 கதைகளைச் சேர்த்து, ஜோஸ்செங்கோவினை அறிமுகப்படுத்துகையில் 'மாபெரும் சோவியத் நகைச்சுவை எழுத்தாளர்' என்கிறார் தொகுப்பாளர் ஜான் டபிள்யூ. ஸ்ட்ரஹான். அப்படியிருந்தும் ஏன் சோவியத் ஒன்றியத்திற்கு வெளியே பேசப்படவில்லை? ரஷ்யாவிலேயே அவர் ஓரங்கட்டப்பட்டு, வறுமையில் உழன்றபோது வெளிநாடுகளில் / பிறமொழிகளில் எப்படி பேசப்படுவார்? லட்சோப லட்சம் வாசகர்களை மகிழ்வித்த அவரோ, துன்பியல் நாடக நாயகனாக வருந்திக் கொண்டிருந்தார். அவமானத்தை தாங்கிக் கொண்டிருந்தார், தனக்குள்ளே ஒடுங்கிக் கொண்டிருந்தார்.

ஜோஸ்செங்கோவின் பிரச்சனை அவர் பிறந்த ஆண்டு தொடர்பாகவே எழுந்துவிட்டது. 1895 தான் அவர் பிறந்த வருடம், இல்லை 1896 தான் அவர் பிறந்த வருடம் என்ற குழப்பங்கள் நிலவின. இதற்கும் அவரே காரணம் எனக் குற்றமும் சாட்டப்பட்டது.

அடுத்து அவரது தந்தைக்கும் (ஓவியர்) தாய்க்கும் (நடிகை) இடையே சுமுகமான உறவு இல்லாதிருந்தது. திருமண பந்தத்தைத் தாண்டி தந்தைக்கு சில உறவுகள் இருந்துள்ளன. இது மகன் ஜோஸ்சென்கோ விடத்தேயான தாயின் பாசத்தில் வெறுப்பைச் சேர்த்தது. இவ்வளவுக்கும் நடிகையான அத்தாய் சில கதைகள் கூட எழுதியுள்ளார்.

சட்டப்படிப்பை முடிப்பதற்குள் முதல் உலகப்போர் மூண்டு விடவே, ஜோஸ்சென்கோ ராணுவத்தில் சேர்ந்து சீக்கிரமே ஒரு படைப்பிரிவின் துணைத் தலைவர் நிலைக்கு உயர்ந்து விடுகிறார். ஆனால் காயம் பட்டும் நச்சுவாயுவை சுவாசித்தும் நலங்குன்றி விடுகிறார். இருந்தும் ரஷ்யப் புரட்சியிலும் ராணுவப் பணியாற்றி வெளிவருகிறார்.

அவர் எழுதிய கட்டுரையொன்றினை குப்பை என ஓர் ஆசிரியர் குறிப்பிட்டதற்காக, அவர் மீது தீராத கோபங் கொண்டு, வெளியேறியவர். தான் ஆர்வத்துடன் பங்கேற்றுள்ள போல்ஷ்விக் புரட்சி முடிந்து, சோவியத் ஆட்சி தொடங்கியதும், சோவியத் மண்ணில் நிலவிய குடியிருப்பு பிரச்சனை, நிர்வாகத்திலிருந்தவர்கள் பொறுப்புகளை நிறைவேற்றாமல் பூசி மெழுகி வந்தது, தனிநபர்களின் பலவீனங்கள் - தந்திரங்களை தொடர்ந்து பரிகசித்து வருகிறார். கோகோல், லெஸ்கோவ், செகாவ் போல தன் அங்கதத்தை நையாண்டியை முன்வைத்து வருகிறார்.

Serapion Brethren என்னும் எழுத்தாளர் குழுவில் இணைந்து எழுதி வருகிறார். செரபியன் என்னும் துறவியின் பெயரால் உருவான இக்குழுவினருக்கு இ.டி.ஏ. ஹாப்மன் மீது அபிமானம். வெனியாமின் காவெரின், மிகைல் ஸ்லோனிம்ஸ்கி, மரியெட்டா ஸாஹூனியன் என்போர் இதில் சேர்ந்திருந்த மற்றவர்கள். இவர்களை 'சக பயணியர்' என ட்ராட்ஸ்கி பாராட்டினார். இவர்கள் போல்ஷ்விக்குகளை ஆதரித்தாலும், இலக்கியத்தில் சுதந்திரமாக இயங்கியவர்கள். கட்சி விதிமுறைகளுக்கு உட்படாமல் விலகி நின்று எழுதியவர்கள். நாங்கள் மேதைகளல்ல, தொழில் திறனாளிகளே என்று அறிவித்தவர்கள்.

சாதாரண பேச்சுமொழியில் எழுதினார் ஜோஸ்சென்கோ. இருபதுகளில் சோவியத் எழுத்திற்குப் பங்களிப்பு செய்த 'செராபியன் சகோதரர்' குழு அப்புறம் இயங்காது நின்றுவிட, முப்பதுகளிலும் தொடர்ந்து எழுதி வந்தார் அவர். ஒழுக்க நெறிகளைப் பேசாமல், மனிதரின் மிருகத் தனத்தையும், மிருக வேட்கையினையும் நையாண்டி செய்தார். அது "வரலாற்றுக்கு இயற்கை தரும் மூர்க்கமான எதிர்ப்பு" என்கிறார் கிட்னி மோனாஸ்.

தன்னெழுச்சியான தன்மை, உடனடி உணர்வு; அசவரமாகத் தீட்டப்பட்ட உருவரை என்பவையே ஜோஸ் சென்கோவின் அடையாளம். கதைசொல்லுபவரின் 'புராதன தன்மை' வரை வெளிக்காட்டிடும் ஆற்றலுடையது அவரது பரிகாசம்.

மிருகக்காட்சி சாலையிலிருந்து தப்பி நகரத்தில் திரியும் மனிதக் குரங்கின் சேட்டைகளை அடிப்படையாகக் கொண்டு, அவர் எழுதிய நையாண்டிக் கதை The Adventures of an Ape சோவியத் அரசாங்கத்தின் முக்கிய கண்காணிப்பாளராக விளங்கிய ஸ்தானோவின் பார்வைக்கு கொண்டு செல்லப்பட்டது. ஆத்திரமடைந்த ஸ்தானோவால் 1946இல் ஜோஸ்சென்கோ சோவியத் எழுத்தாளர் ஒன்றியத்திலிருந்து வெளியேற்றப் பட்டார்.

வெளியேற்றப்பட்டதை அடுத்து, தொடர்ந்து இதர பரிசுகளும் வெகுமதிகளும். அவருக்குக் கிடைத்து வந்த ஓய்வூதியம் இதர சலுகைகள் எல்லாம் நிறுத்தப்பட்டன. Before Sunrise என சுயசரிதம் சார்ந்த நீண்டதொரு பதிவை ஓர் இதழில் எழுதிவருகிறார். மூன்று பகுதிகள் வெளிவந்துள்ள நிலையில் அது நிறுத்தப்படுகிறது. அதன் முழுமையான பதிப்பு அவர் இறந்த பின்பே நெடுநாள் கழித்து வெளியாகின்றது.

இவ்வளவுக்கும் அது அவரது பரிகாசம் - அங்கதப் பாணியிலான எழுத்தல்ல. தனது ஆளுமைச் சிக்கலுக்கு என்ன காரணம் எனத் துருவி ஆராய்கிறார். ஃபிராய்டின் கோட்பாடு மற்றும் பாவ்லோவின் ஆய்வு அடிப்படையில் சுய பகுப்பாய்வு மேற்கொள்கிறார்.

'இப்பதிவுகள் கலைப்படைப்பு மட்டுமல்லாது ஒருவரைப் பற்றின ஆய்வுக்கான சோனைக் கூடமும் ஆகும்' என்கிறார் ஜோஸ்சென்கோ. தனக்கிருந்த சில வகை பயங்களின் தோற்றுவாய்க்கு சென்று பார்க்க முயல்வதே இது. குழந்தைப் பருவத்திலிருந்தே பயங்களாலும் பீதிகளாலும் பாதிக்கப் பட்டிருந்தவர் அவர். மாதக் கணக்கில் மற்றவர்களுடன் அவரால் பேசாது இருந்திட முடியும்.

அவரது தாய்ப்பாசமும் கசப்பனுபவமே. காதலும் நிராகரிப்படுகிறது. ராணுவப் பங்களிப்பும் போற்றப் படவில்லை. எழுத்தும் ஒதுக்கித் தள்ளப்படுகிறது.

வேறு வழியின்றி, கோழிப்பண்ணை பராமரிப்பிலிருந்து தொலைபேசிப் பணியாளர், அலுவலக தட்டச்சர், சூதாடி என என்ன வேலையானாலும் தயங்காமல் பணியாற்றுகிறார் 1958இல் இறுதி மூச்சு விடும்வரை.

II

பாவ அறிக்கையிட ஒரு பெண் தேவாலயத்திற்கு வருகிறாள். பாதிரியார் செய்த பாவங்களைப் பற்றி வினவுகிறார். 'கடவுள் இல்லை என்கிறான்' என் மகன். 'கடவுள் இல்லை எனில் சந்திரன, நட்சத்திரங்கள், இதர கோள்களெல்லாம் எப்படி வந்தன' என்கிறார். 'அவையெல்லாம் ரசாயண நிகழ்வுகள் என்கிறார். கடவுள் படைக்கவில்லை என்கிறான்.' 'ஆமாம், அப்படித்தானிருக்கும். கடவுள் இல்லை, எல்லாம் வேதியியலே' என்கிறார் ப ாதிரியார். அத்துடன் அவளைச் சீக்கிரமாக அனுப்பி விட்டு, நீண்ட வரிசையில் நிற்பவர்களுக்காக கவலைப்படுகிறார். பாதிரியாரே கடவுள் இல்லை என்று வாதிடுபவராகி விடுகிறார்.

டிராம் வண்டி நடத்துனர் ஒருவரை தனது உறவினராகக் காட்டிக் கொண்டு, அவரிடம் பாசத்தைப் பொழிய வருகிறார் ஒரு பயணி. நட்பு, பிரியத்தை எல்லாம் தாராளமாக கொட்டுகிறார். இவ்வளவும் த ான் டிக்கெட் எடுக்காமல் பயணித்துவிட வேண்டும் என்பதற்காக டிக்கெட் தராது போனால் தனது வேலைக்குப் பாதுகாப்பு இல்லை என்று பயத்தில் தவிக்கும் நடத்துனர். இதனை

நாடகமாக்கி நையாண்டி செய்து அலுக்காமல் சொல்லிக் கொண்டே போவார் ஜோஸ்சென்கோ.

வீட்டுப் பிரச்சனை தீவிரமாக இருப்பது ஜோஸ்சென்கோவுக்கு பெரிய குதூகலமான பரிகசிப்பாகி விடும். அதிக எண்ணிக்கை யிலான குடும்பத்தினர் நிறைந்து விட, குளியலறையிலே இருந்து விடும் கட்டாயம் வீட்டு உரிமையாளருக்கு வந்துவிடும்.

என்ன பிரச்சனை / நோய் என்று சரியாகத் தெரியாமலேயே, அரசு மருத்துவமனைக்கு சிகிச்சை பெற வரும் ஒரு நோயாளி, குழந்தைகள் வார்டில் ஒரு தொற்று பரவி, அவர் இருக்கும் பகுதிக்கும் வந்துவிட, அதனால் அவர் பாதிப்புற்று, இனி இம் மருத்துவமனையில் இருப்பது உயிருக்கு ஆபத்து என்றுணர்ந்து, நோயாளியாக வீடு திரும்புவார்.

குளிர்காலத்தில் குளிர் வாட்டியெடுக்க, வெப்ப மூட்டும் ஸ்டவ்வும் பழுதாகிவிடுகிறது. அரசுப் பணியாளர்கள் உடனடியாக வந்து பழுது நீக்காது போக்குக் காட்டுவது ஜோஸ்சென்கோவுக்கு வேடிக்கையாகி விடும். பூனைகள் நிம்மதியாக இருந்தால், வீட்டில் பிரச்சனை இல்லை என்று சொல்லிவிடலாம் என்று கூறுகிறார் அரசு ஊழியர். அப்படியே வீட்டு உறுப்பினர்கள் முன்னிலையில் அவர்கள் வளர்க்கும் பூனையை வரவழைத்து, அது சலனமின்றி படுத்திருப்பதை வைத்து, வீட்டில் இவ்வளவு வெப்பம் போதும் என்று போய் விடுவார். சரிபார்க்க வரும் வீட்டு வசதிப் பிரிவு தலைவரும் அதை ஆமோதித்து விட்டுச் சென்று விடுவார்.

அரைமணி நேரத்தில் அவரை முதலுதவிச் சிகிச்சைக்காக கொண்டு செல்வார்கள். என்ன பிரச்சனை என அவரிடம் அந்த வீட்டுக்காரரர் கேட்கும் போது, கிடைக்கும் பதில் :

“என்ன செய்யலாம்? எனக்குப் பழகிப் போய் விட்டது. மனிதன் என்பவன் ஈ அல்ல - எதற்கும் பழகி விடுவான்.”

தன்னைப் பெண்கள் ஏறெடுத்துப் பார்ப்பதில்லை என்ற கவலை ஒருவனுக்கு. நல்ல பதார்த்தவகைகளை, காய்கறிகளை பழங்களைச் சாப்பிட்டுப் பார்க்கிறான். உடல் பயிற்சிகள் செய்து

திடமானவனாகக் காட்டுகிறான். ஒப்பனைகள் செய்து பார்க்கிறான். ஒன்றும் பலிக்கவில்லை. கடைசியில் விலை உயர்ந்த கோட் - சூட்டில் வனப்பு மிகுந்தவனாக நகரின் சதுக்கத்தில் நிற்கிறான். ஒருத்தி அவனை நோக்கி வருகிறாள். அவன் சந்தோஷப்பட்டிருக்க, அவன் அணிந்துள்ள கோட்டில் ஓர் அடையாளத்தை வைத்து, அது தன் கணவனின் கோட்டு, திருடி வந்து இந்த நபர் போட்டிருப்பதைப் பாருங்கள் என்று அம்பலமாக்கி, அவமானப் படுத்தி விடுகிறாள். அப்போது அந்நபர் தனக்குள் சொல்லிக் கொள்வது:

"வேலை செய்வேன். மக்களுக்கு உதவுவேன். சன்னல் வெளியே தெரியும் வெளிச்சம் ஒருபெண்ணால் மட்டும் வருவதல்ல..." நான் சிரிக்கிறேன் இடப்பக்கமாயும் வலப்பக்கமும் காறி உமிழ்கிறேன். நெருங்கி வருகின்ற பெண்களிடமிருந்து பார்வையை விலக்குகிறேன்.

III

சொந்த வாழ்வில் துளியும் இன்பம் கிடைக்கப் பெறாமல் சிடுசிடுப்புமிக்கவராக முன்கோபமிக்கவராக இறுகிய தன்மை கொண்டவராக சதா சோகம் அப்பியவராக மக்களை சிரிக்க வைத்தார், கவலைகளை மறக்க வைத்தார்.

முதல் உலகப் போரிலும் ரஷ்ய உள்நாட்டுப் போரிலும் பணியாற்றி காயங்கள் பெற்று, நச்சுப் புகை தாக்கி, பலவீனமாக, உடல் நலமின்றி ராணுவத்திலிருந்து ஓய்வு பெற நேர்ந்தவர். துணைத் தளபதி நிலைக்கு உயர்ந்து வந்திருந்தவர்.

போல்ஷ்விக்குகளின் போக்கை ஏற்று, இலக்கியக்குழுவாக இயங்கியவர். எழுத்தில் பரிசோதனைகள் செய்து அதே வேளையில் மக்களையும் ஈர்த்தவர்.

பிறகேன் எழுத்தாளர் ஒன்றியத்திலிருந்து வெளியேற்றப் பட்டார், அவரது எழுத்து வெளியிடப் படாமல் தடுக்கப்பட்டது? ஆதரவும் ஆதாரமும் இழந்து அவர் அல்லல்பட நேர்ந்தது?

இவ்வளவுக்கும் அவர் அதிகாரிகளை, தலைவர்களைச் சாடவில்லை, விமர்சிக்கவில்லை. அவரது பரிகாசம் அன்றாட

வாழ்ககை சார்ந்த சந்தர்ப்பங்களை நோக்கியதே. தனிமனித பலவீனங்களை நோக்கியதே.

ஆனால் அரசு நினைத்துக் கொள்கிறது, இப்பரிகாசம் தன்னைக் குறித்ததே என்று. ஜோஸ்சென்கோவைத் தண்டிப்பதால் தனக்கு ஆபத்தில்லை என்ற நிலையில், சுலபமாக சவுக்கை கையில் எடுக்கிறது.

துவண்டு போனதும் சுருண்டு விழுந்ததும் இறுதி மூச்சு விட்டதும் ஜோஸ்சென்கோ அல்ல. மாறாக நகைச்சுவையே. நகைச்சுவை அற்றுப் போனால் மானுட சுதந்திரமும் அற்றுப் போகிறது.

லெனினை தலைமைப் பாத்திரமாக்கி குழந்தைகளுக்கான கதைகளை எழுதிப் பார்த்தவர் ஜோஸ்சென்கோ. ஜோஸ்சென் கோவை மையமாக்கி நகைச்சவையை நாடு கடத்தியது சோவியத் அரசு.

"தம்மாலோ இயற்கையாலோ வரலாற்றாலோ பலியான முட்டாள்களும் மூடர்களும் ஏமாற்றுப் பேர்வழிகளும் போலிகளும் தான்" ஜோஸ்சென்கோ எழுத்தில் இடம் பெறும் பாத்திரங்கள்.

"அவர் ஓர் உண்மையான பூரணமான மனிதர். ஒரு சகாப்தத்துடனான பிணைப்பை நாடினார்; உலகளாவிய மகிழ்ச்சிக்கு உறுதியளித்த திட்டங்களை எடுத்துரைப்பதில் நம்பிக்கை கொண்டார்; குரூரமும் காட்டு மிராண்டித்தனமும் விபத்துப் போன்றவையே, நீர்குமிழ்கள் போன்றவையே என்பதால், ஒரு நாளில் எல்லாம் சரியாகி விடும் என்றெண்ணினார்" என்கிறார் ஆஸிப் மேண்டல்ஸாமின் துணைவியார் நாடெஷ்டா.

ஆக தடைபட்டு நின்று விட்டது ஜோஸ்சென்கோ எழுத்து மட்டுமல்ல, சோவியத் ஒன்றியத்தின் எழுத்தும் தான் இருபதாம் நூற்றாண்டின் ஆரம்பம் வரை, டால்ஸ்டாய், தாஸ்தோயெவ்ஸ்கி, செகாவ், துாகனேவ் என தலைநிமிர்ந்து நின்று, அய்ரோப்பிய இலக்கிய உலகத்தை தன் பக்கம் திரும்பிப் பார்க்க வைத்த ரஷ்ய

எழுத்து, சவுக்கடி பட்டு சுருண்டு போனது ஒரு சில தசாப்தங்களின் அல்லது ஒன்றிரண்டு சவுக்கடிகளில்....

நகைச்சுவை ஒரு சிகிச்சையாக நிலவும் வேளையில் மறு புறத்தே தற்காப்பு சாதனமாகிவிடும் - நகைச்சுவையாளருக்கும் கோமாளிகளுக்கும். அப்போது நகைச்சவையாளர்கள் சிகிச்சை யாளர்களைத் தேடுவர். நவீன உளவியல் இதனைப் பேசுகிறது. "பல கலைஞர்கள் சிகிச்சையாளர்களைப் பார்க்கின்றனர். உடற் பயிற்சியாளரினை வைத்திருப்பது போல அது பொது வானதாக உள்ளது."

'நகைச்சவை உண்டாக்குவது, தன் துயரங்களை மூழ்கடிக்கவோ, தம் உணர்வோட்டங்களை வெளிப்படுத்தவோ துணைநிற்கிறது.'

நகைச்சுவையாளருக்கு சிகிச்சை அளிக்கத் தான் அதிகாரம் சவுக்கினை கையில் எடுக்கின்றதோ என்னவோ....

ஆதாரங்கள்

1. Scenes from the Bathhouse and Other stories of communist Russia/Hikhail zoshehenko/ it with an introduction by sidney honas. Sel.by Mare slonim / The uny of Hiehigan Mess, 1961.
2. Lenin and the stove Mender and Other stories / It from the Russian by James Riordan / Raduga Publishers, Moseow
3. Thoroughly unsentimental Tales / Bob Blaisdell, LARB, 27 sep. 2018.
4. Zoshehenko. In search for Happiness / Anna Genova / russkiymir. ru/en/publications, 10 Aug 2015
5. The funny side of pain/ idya.s / The Hindu Dec. 20, 2020.

12. ஃபாஸில் இஸ்கந்தர் : பரிகசிக்கும் ஆளுமை

ரஷ்ய இலக்கிய வரலாற்றில் உச்சங்கள் தொட்ட கால கட்டங்கள் வியக்கவைப்பவை. புஷ்கின், டால்ஸ்டாய், கோகோல், தாதோயெப்ஸ்கி, செகாவ், துர்கனேவ் என்றொரு காலகட்டம். நாவல் வடிவில் டால்ஸ்டாயும் தாஸ்தோயெங்ஸ்கியும் துர்கனேவும் சாதனைகள் நிகழ்த்திட, சிறுகதை வடிவைச் சிறப்பாகக் கையாண்டு, 500க்கு மேல் சிறுகதைகளைக் கொடையாக வழங்கியவர் செகாவ். அடுத்து கார்க்கி, சிங்கிஸ் அய்த்மாத்தவ் ன அவ்விலக்கியப் போக்கைத் தொடர்ந்தனர். ரஷ்ய இலக்கியப் பங்களிப்புடன் உலக இலக்கியப் பங்களிப்புகளையும் கவனத்துக்கு கொண்டு வரும் பெரும் முயற்சியில் கார்க்கி ஈடுபட்டிருந்தார்.

அதற்குப் பிறகு?

சைபீரியாவின் ஒரு பகுதியான கொலீமா வதை முகாமில் ஆண்டுக்கணக்கில் வைக்கப்பட்டிருந்த சலமாவ் ரஷ்யாவிலேயே தாமதமாகவே அறியப்பட்ட இலக்கிய ஆளுமை. ரஷ்யாவுக்கு வெளியே அவ்வளவாக அறிமுகமாகாதவர். அவர் காலத்தவர் தான் ஸோல்ஜெனிட்சன். இலக்கிய சர்ச்சைகள், நோபல்பரிசு காரணமாக உலகின் கவனத்திற்கு வந்தவர். ஆனால் இருபதாம் நூற்றாண்டின் தலைசிறந்த ரஷ்ய எழுத்தாளராகத் திகழ்ந்து இருமுறை நோபல் பரிசுக்குப் பரிந்துரைக்கப்பட்டவர் **ஃபாஸில் இஸ்கந்தர்** (1929 - 2016). **அப்காஸியா** என்னும் குடியரசைச் சேர்ந்த, இஸ்லாமியக் குடும்பத்தவரான இஸ்கந்தரின் தாய்மொழி அப்காஸியா. எப்போதும் அப்காஸிய மக்களைப் பற்றிப் பதிவு செய்தாலும்,

அவர் எழுதி வந்த மொழி ரஷ்யன். 'ரஷ்ய எழுத்தாளராயினும் அப்காஸியாவைப் பாடுபவன்' என்று தன்னைக் குறிப்பிட்டுக கொண்டார். ஆனால் ரஷ்யாவுக்கு வெளியே அவ்வளவாக அறியப்படாதவராக இருந்துள்ளார்.

அப்காஸியாவின் தலைநகர் சுகுமில் ஈரானியத்தந்தைக்கும் அப்காஸியத்தாய்க்கும் பிறந்தவர் இஸ்கந்தர். காகஸ்ஸின் சிறுபான்மையினரைச் சேர்ந்தவர் என்பதால் ஜோஸப் ஸ்டாலினால் ஈரானின் வதை முகாமுக்கு 1938இல் அனுப்பப்பட்ட இஸ்கந்தரின் தந்தை முகாமிலேயே 1957 இல் மடிந்தார்.

அப்காஸியரும் ஜார்ஜியரும் ஆர்மேனியரும் ரஷ்யருமாக இணைந்து வாழ்ந்த தனது சுகும் நகரில், இத்தேசிய இனங்கள் சிதறியதும், சோவியத் ஒன்றியம் சிதைந்து போனதுமான நிகழ்வுகளைப் பார்த்து, பரிசீலித்து 'மிகப்பெரும் துன்பியல் நாடகம்' என்று குறிப்பிட்டார் இஸ்கந்தர்.

சோவியத் லிட்டரேச்சரின் ((4), 1997) வாசகி நடாஷா, கே யின் கேள்வி :

"நெறியற்றவர்கள் நம்மிடையே வாழ்வது மட்டுமின்றி, பெரிதும் சிறப்பாகவே வாழ்கின்றனர்... இக்கவலைகளெல்லாம் ஒவ்வொருவருக்கும் தவிர்க்க இயலாதவை, இவை அவர்களுக்குத் தீங்கிழைப்பதில்லை, மாறாக நன்மையே செய்கின்றனவா?"

இக்கேள்விக்கு இஸ்கந்தர் அளித்த விளக்கம், இன்றைய தலைமுறையின் குழப்பத்தினையும் தெளிவுபடுத்துவதாக உள்ளது:

"வாழ்க்கை மீதான ஓர் எண்ணத்திற்கும் வாழ்க்கைக்கும் இடையிலான மோதல் ஒருவித நோய்தான்; அதனைச் சரிப்படுத்த வேண்டும், இதில் பெரிதும் "நோயாளி"யைப் பொறுத்தி ருக்கிறது... இது அவநம்பிக்கை கொள்வதற்கான காரணமில்லை என்று கருதுகிறேன். அறிதவின் நிகழ்ச்சிப் போக்கு முடிவில்லாதது, அறிதலே மோதல்களின்றி இருந்ததில்லை. சிக்கல்களும் முரண்களுமிக்க யதார்த்தத்துடான ஒவ்வொருவரது வேதனையான சந்திப்புகளும், வாழ்வின் மதிக்க முடியாத அனுபவத்தால், ஆன்மிக

ரீதியில் அவரைச் செழுமைப்படுத்துகின்றது. சில வேளைகளில் ஆதாயங்களை விடவும் இழப்புகள் மதிப்புமிக்கனவாயிருக்கும், வாழ்வின் ஞானம் இதில் பொதிந்துள்ளது... நன்மை - தீமை என்பது மிகவும் சிக்கலான அறவியல் - தத்துவார்த்த பிரச்சனை, இது சமுதாயத்தின் சீரிய மனங்களை ஆக்கிரமித்திருப்பதாகும். அத்துடன், நன்மை - தீமை குறித்த எண்ணங்கள் சூக்குமமானவையல்ல, சமூக ரீதியிலும் வரலாற்று ரீதியிலும் பருண்மையானவை மற்றும் நாம் வாழும் சகாப்தத்தைப் பொறுத்தவை. விரிவான பொருளில், நம் காலத்தில், நன்மையின் அர்த்தம் உழைக்கும் மக்களின் நலனுடன் பிரிக்க முடியாதபடி பிணைந்திருப்பது... வாழ்வினை அது இருப்பதன் படியே ஏற்றிடவும் போற்றிடவும் முயற்படுகிறேன் - ஏனெனில் அதிலுள்ள மனிதாய ஆற்றல்கள், தீமையை விடவும் ஆக்கிரமிப்பு சக்திகளை விடவும் வலுவானவை எனப் புரிந்துகொள்கிறேன்.

இஸ்கந்தரின் பொறுப்புமிக்க இப்பதிலும் விளக்கமும் நடாஷாவுக்கு மட்டுமல்ல, ஒவ்வொரு தலைமுறையினருக்கும் முக்கயிமான சாசன வரிகளாகும். நடாஷாவுக்கான பதிவில் மட்டுமின்றி, அவரது கவிதை,கதை, நாவல் என ஒவ்வொன்றிலும் அவ்வளவு முதிர்ச்சியுடனும் பொறுப்புடனும் எழுதி வந்தவர் இஸ்கந்தர். கம்பீரமான தோற்றத்துடன், ஆழ்ந்த பரிசீலனைக்குப் பிறகு, தன்னை வெளிப்படுத்தி வந்த இஸ்கந்தர், எழுத்தாளராக நின்று விடாமல், தத்துவாசிரியரின் நிலைக்கு உயர்ந்துள்ளார்.

அவரின் எழுத்துகளில் Sandro of Chegem என்பது தலை சிறந்ததாகக் கருதப்படுவது. ஆனால் 800 பக்கம் கொண்ட இப்புதினம் 240 பக்க அளவிலேயே, தணிக்கை செய்யப்பட்டு ரஷ்யாவில் வெளியானது. முழுமையான வடிவில் அமெரிக்கப் பதிப்பகமே வெளியிட்டது.

II

ரஷ்யாவிலிருந்து தந்தை வெளியேற்றப் பட்டது, தனது எழுத்து தணிக்கை செய்யப்பட்டது. ஜார்ஜியரால் தனது அப்காஸியர் வருந்த நேர்ந்தது போன்ற பிரச்சனைகள் நிகழ்ந்தும், இஸ்காந்தரால் எப்படி அங்கு எழுதிவர முடிந்தது? அவரின் பலமும்

அவரைக் காப்பாற்றியதும் நகைச்சுவைதான். **ரஷ்யாவின் மார்க் ட்வைனா**கக் கருதப்படும் அவரது எழுத்து ஸோல்ஜெனிட் ஸனுடையது போல கசப்புணர்வை, கோபத்தை வெளிக்காட்டு வதில்லை. மாறாக அபத்தத்தையும் அதிகாரத்தையும் பார்த்து நகைத்து விடுபவை, பரிகசித்து விடுபவை. ரஷ்ய இலக்கியத்தில் இப்படிப் பரிகசித்தவர்கள் என அவர் செகாவையும் கோகோலையும் குறிப்பிடுகிறார். இவ்வளவுக்கும் அவர்கள் மிகவும் துயரமான வாழ்வை எதிர்கொண்டவர்கள் என்பார். "**இந்நேர்வுகளில் நகைச்சுவை ஒரு தற்காப்பு, உலகம் குறித்த துன்பியல் பார்வையின் தீய படியிலிருந்து ஒருவரை விடுவித்துக் கொள்வதற்கான முயற்சி. அதலபாதாளத்தைப் பார்த்து, அங்கே வேறொன்றுமில்லை என்று காண்கையில் உள்ள அதீத அவநம்பிக்கைத் தருணங்களில் நகைச்சுவை ஏற்படும்.** அது ஒருவர் இன்னொருவருக்கு அனுப்பிடும் பிரகாசமான குறியீடாக, நேசத்தின் ஒளிக்கதிர் போன்றது; சமுதாயத்தின மீதான நேசமில்லாமல் நகைச்சுவை புரிந்து கொள்ள இயலாதது. வாழ்வின் அற்பத்தனங்களை, மாபெரும் தீமைகளைக் கூட, எதிர்த்துப் போராடுவதற்கான சாதனமும் ஆகும்.... **நல்ல இலக்கியம் மோதலினை மிருதுவாக்குவதில்லை, மாறாக கூர்மை யாக்கும். அதே வேளையில் இம்மோதலிலிருந்து வெற்றி கரமாக எழுந்து வருவதற்கான வல்லமையை அளிக்கும்.**"

நகைச்சுவை அவ்வளவு சுலபமானதல்ல என்பதையும் ஒரு நேர்முகத்தில் பேசுகிறார்: "**அதற்கு ஒருவர் அவநம்பிக்கையின் விளிம்புவரை நடை போட வேண்டும், அதலபாதாளத்தைக் கண்டு, அங்கே ஒன்றுமில்லை என்று உறுதிகொண்டு, திரும்பி வரவேண்டும். திரும்புகையில் ஒருவர் விட்டு வரும் சுவடுகள் உண்மையான நகைச்சுவையாயிருக்கும்.**"

'பூமியை அழகாக்குபவை ஆனந்தமும் உழைப்பும்' என்று கருதும் இஸ்கந்தரின் Forbidden Fruit and Other stories தொகுப்பிலுள்ள கதைகள், மனித ஆளுமைகளிலுள்ள சிக்கல்கள், பலவீனங்கள், பேராசைக் குணங்கள் போனற்வற்றை எள்ளி நகையாடுகின்றன. Forbidden Fruit கதையில் உறவினர் வீட்டில் தன்

சகோதரி பன்றிக்கறி தின்றாள் என்பதைக் காட்டிக் கொடுக்கிறான் ஒருவன். இஸ்லாமியப் பண்பாட்டில் பன்றிக்கறி விலக்கப்பட்டது. ரகசியமாக அதனை மீறினால் கடுமையாகத் தண்டிக்கப் படுவார்கள். இந்த எதிர்ப்பார்ப்புடன் அவன் காட்டிக் கொடுக்க, தந்தை அவன் மீது ஆந்திரப்பட்டு, காதைப் பிடித்து தூக்கி கீழே போடுகிறார். பண்பாட்டு மீறலை விடவும், காட்டிக் கொடுப்பதும் உளவறிவதும் மோசமானவை என்றெண்ணுபவர் தந்தை. அப்போது தந்தையின் பார்வையிலிருந்த ஆத்திரம் 'பாம்பினைக் கூடக் கொன்றுவிடும்' என்பதுதான் மகனுக்கு திகைப்பூட்டுகிறது.

A Time of Lucky Finds கதையில் அரிதானதைக் கண்டறந்தும் அதனை நிருபிக்க முடியாது ஏமாற்றமடைந்தும், பிற்பாடு ஒருநாள் அது கண்டறியப்படுவதுமான சம்பவங்களை ஒரு சிறுவனின் பார்வையில் சொல்லிவிட்டு இஸ்கந்தர் எழுதும் வரிகள், காவியத்தன்மை மிக்கவை.

“எமது கடல்களில் அலைகளில்லை, ஆனால் குழந்தைப் பருவ நிலம் ஈரமும் மர்மமும் நிறைந்த கடற்கரை போன்றது, அங்கே மிகவும் எதிர்பாராதவற்றைக் காணக்கூடும்.”

“அங்கே எப்போதும் நான் தேடிக் கொண்டிருந்தேன்; அது என்னை சற்று ஞாபக மறதிமிக்கவனாக ஆக்கியிருக்கும். பிற்பாடு, நான் வளர்ந்த போது, அதாவது நான் இழந்திட ஏதோ இருந்த போது, குழந்தைப் பருவத்தின் நல்லவாய்ப்பான கண்டறிதல் களெல்லாம், விதியால் நமக்களிக்கப்பட்ட ரகசியக் கடன்களே, பிற்பாடு வயது வந்தவர்களாகிய நாம் மீட்க வேண்டியவையே என உணர்ந்தேன்.”

“தொலைக்கப்பட்ட ஒவ்வொன்றும் காதலும் இளமையும் கூட, காணப்படலாம் என்பது நான் புரிந்து கொண்ட இன்னொன்று மீண்டும் கண்டறியப்பட முடியாதது, தொலைத்து விட்ட மனசாட்சி.”

'அரசவைகளைச் சார்ந்திருந்தவர்கள் கோமாளிகள் அல்லர் மாறாக அரசவைகளே கோமாளிகளைச் சார்ந்திருந்தன' என்பார் இன்னோரிடத்தில்.

இரண்டாம் உலகப் போர் பின்புலத்தில் விவரிக்கப்படும் ஒரு கதையில்: "நல்ல தட்ப வெப்பத்தில், பெரிய புதர் நிழலில் புல்தரை மீது, கண்காணிப்புச் செய்யும் U-2 விமானங்களின் இரைச்சலைக் கேட்டபடி நான் படுத்திருப்பதுண்டு. அங்கே சண்டை நிகழ்ந்து கொண்டிருந்தது, மும்முரமான காலத்தில் உழைப்பாளரின் சப்தங்களைப் போல, போரிரைச்சல் எங்களை எட்டியது" என்பார். தாய் காயமடைந்து மருத்துவமனையில் அவதிப்படுகிறாள் எனப் பொய்யுரைத்து, கடை வீதியில் பன்றிகளை விற்பவன் மாட்டிக் கொள்வான்.

கடன் பெற்றவன், மிகவும் மெத்தனமாகத் திரிவதும், திருப்பிக் கொடுப்பது பற்றி நினைத்துப் பாராமல், எப்படியெல்லாம் ஏமாற்றலாம் என்றிருப்பதும் ஒரு கதையில் குதூகலமாகச் சொல்லப்படும்.

ஜெர்மனியில் நாஜிகள் காலத்தில் இருந்த ஒடுக்குமுறைச் சூழலில் ஒருவன் உணர்வது: "ஒருவன் எப்போதும் நிச்சயமற்ற உணர்வை அல்லது குற்றவுணர்வு கூட கொண்டிருப்பான். அது வார்த்தைகளில் வெளிப்படுத்த முடியாத சிரமமிக்கது. நிஜத்தில் அதனை உணரவேண்டும். அதுவலுமிக்கதாகத் தோன்றி, போக்குக் காட்டி, மீண்டும் வந்துவிடும். ஆனால் ஒட்டுமொத்தமாக மறைந்து விடாது. அக்குறிப்பிட்ட நிலைமையினை, அரசிடத்தேயான ஒருவித தாழ்வுமனப்பான்மை என்றே என்னால் வரையறுக்கக் கூடும்." இது One day in Summer கதையில்

இக்கதையில் ஒரு நுண்ணிய அம்சத்தைப் பொதிந்து வைத்துள்ளார் இஸ்கந்தர். ஒருவன் பரிபூரணமடைந்திட, அவனைச் சுற்றியுள்ளவர்களையும் உலகத்தவரையும் வெல்ல வேண்டியுள்ளது. தான் அடக்குமுறைக்குள்ளாக இருக்கும் வரை, உலகையும் வெல்ல இயலாது, தன்னையும் வெல்ல இயலாது. இதனை நடாஷாவுக்கு எழுதிய கடிதத்தின் இறுதியிலும் குறிப்பிடுகிறார்: **"சுய - பரிபூர்ணம் என்பது தனிப்பட்ட விஷயம் மட்டுமில்லை, சமூக விஷயமும் ஆகும். ஆக, நம்மை வெற்றி கொண்டு உலகினை வென்று, அதனை அறநெறிமிக்கதாக தூயதாக இன்னும் மனிதாயமிக்கதாக ஆக்குகிறோம்."**

III

கண்ணியக் குறைவை ஏற்படுத்துவதாக, அற்பத்தனங்களை காணவேண்டியதாக சூழல் இருக்கையில் ஒருவன் என்ன செய்ய வேண்டும்?

"ஒருவன் கண்ணியமிக்கவனாக இருக்க வேண்டும். எந்த அதிகாரத்தின் கீழும் எந்த நிலைமைகளிலும் இது சாத்தியப்படும். கண்ணியம் என்பது, எந்தவொரு பொய்மையிலும் பங்கேற்காமல் இருப்பது. கண்ணியம் உணர்த்துவது நாயகத் தன்மையினை அல்ல, மாறாக அற்பத்தனத்தில் பங்கேற்காது இருப்பதையே."

தொடர்ந்து இதனைத் தீவிரச் சொல்லாடல் ஆக்குகிறார்: "அற்பத்தனத்தை எதிர் கொள்ளாது மனிதாபமில்லை, மனிதாயத்தை எதிர்கொள்ளாது அற்பத்தனமில்லை ஒவ்வொரு முறையும் தெரிவு நம்முடையது. தெரிவுக்கான பொறுப்பும் நம்முடையது. நம்மிடம் தெரிவு இல்லை என்போமானால், தெரிவு செய்யப்பட்டுவிட்டது என்று பொருளாகும்."

6 கவிதைத் தொகுப்புகளும் 19 சிறுகதைத் தொகுதிகளும் ஒரு நாவலும் ஒரு குறுநாவலும் இஸ்கந்தரின் பங்களிப்பாகும். Rabbits and Boa constrictors என்பது தத்துவார்த்தக் கதை எனப்படுகிறது.

88வது வயதில் இயற்கை மரணமுற்ற (2016) இஸ்கந்தரின் ஞாபகத்தை, அப்காஸியர் பவித்திரமாகப் போற்றி வருகின்றனர். இஸ்கந்தரின் உருவம் பொறித்த நாணயத்தை வெளியிட்டனர். அவரது பாத்திரங்கள் **சிக்** என்னும் சிறுவன், அவனது சிநேகிதி **நிகா** மற்றும் **பெங்குவின் - தத்துவவாதி** ஆகியோருக்குச் சிலைகள் நிறுவியுள்ளனர். சிறிய கோள் ஒன்றுக்கு அவரது பெயரை இட்டுள்ளனர். அப்காஸியாவும் ரஷ்யாவும் உயரிய இலக்கிய விருதுகளை வழங்கியுள்ளன.

"பண்பாடு என்பது வாசிக்கப்பட்ட புத்தகங்களின் எண்ணிக்கையைப் பொறுத்தல்ல, புரிந்து கொள்ளப் பட்டவற்றின் எண்ணிக்கையைப் பொறுத்தது" என்றவர் இஸ்கந்தர்.

நன்மை - தீமை குறித்து வாசகி நடாஷாவுக்கு விளக்கமளித்த இஸ்கந்தர், மாக்ஸிம் வோலோடின்னுடனான நேர்முகத்தில் அதனை இன்னும் தெளிவுபடுத்துகிறார் :

“தீமையை நிராகரிக்கிறேன். தீமை மானுட ஆன்மாவில் பொதிந்துள்ளதைப் புரிந்து கொள்கிறேன்; எனவே சமூக வாழ்விலிருந்து அதனைத் தூக்கி எறிந்து விட இயலாது, நம்மால் முடியாது. சிறிது தீமை எப்போதும் தங்கியே இருக்கும். என்னால் முடிந்த மட்டும் அதனுடன் போராடியுள்ளேன், ஆனால் முழு வெற்றி பெற்றதில்லை. அதனை அடக்கிடவே முடியும், நீங்களே அதனைச் செய்ய முற்படுங்கள் எல்லாச் சந்தர்ப்பங்களிலும் இருளினையும் களேபரத்தினையும் சகித்துக கொள்ளாதிருத்தல் என்னும் திசையில் சமூகம் வளரவேண்டும் - இருப்பினும், மனிதன் எப்போதும் முடிவுறாத திட்டமே. வலுவான ஆசையிருக்கும் பட்சத்தில், எதனையும் கையாள முடியும், மாற்றிவிட முயலும் என எப்போதும் எண்ணுகிறேன். எனினும் இது பல தலைமுறைகளின் பணி. நமக்குப் பொறுமை வேண்டும்.”

இஸ்கந்தரை **விக்டர் ஏரஃபியேவ்** என்னும எழுத்தாளர் ‘அரசியல் அமைப்பை விடவும் வலுவானது அவரது ஆளுமை வாழ்வின் அரசியலை விடவும் வாழ்வின் கவிதையை நோக்கியிருந்திடவே பெரிதும் தலைப்பட்டார்’ என்று மதிப்பீடு செய்கிறார்.

ஆதாரங்கள்

1. Forbidden Fruit and Other stories / Fazil Iskander / Progress Publishers, Mosesw
2. Sometimes Losses Ane More valuable than Gains / Fazil Inskander / Soviet Literature (4, 1977)
3. Fazil Iskander : wiseman from chegem / afafa.com
4. He was born in the USSR and saw its breakup as a tragldy / rbth.com-01.08.2016.

5. Interview with Maksim volodin / ozvarvara. wordpress - 16.02.2012

6. A Remembranee of Fazil Iskander / Robert coalson / rferd.org

7. Essay by Michele A. Berdy / themocowtimes. com

13. இ.எம். ஃபாஸ்டர் (1879 -1970)

நாவல்கள் இசைநாடகங்கள் கட்டுரைகள் என எழுதி, சுமார் ஒரு நூற்றாண்டு காலத்தின் கலை இலக்கியப் போக்குகளுக்குச் சாட்சியமாக விளங்கியுள்ள ஃபாஸ்டர், பாலியல் அடையாளச் சிக்கலுக்கும் உள்ளாகியவர். அதன் காரணமாகவே 40 ஆண்டுகளுக்கு மேல் எழுதாமல் இருக்க நேர்ந்தவர். இந்தியாவுக்கு வந்து ஒன்றரை ஆண்டுகாலம் தங்கியவர். இந்தியப் பின்புலத்தில் A Passage to India என்னும் நாவலை தன் தலைசிறந்த படைப்பாக விட்டுச் சென்றுள்ளவர்.

“தேசம் மற்றும் நண்பர்கள் இரண்டில் எனது ஒன்றைக் காட்டிக் கொடுக்க நேர்ந்தால் தேசத்தை காட்டிக் கொடுப்பதையே தெரிவு செய்வேன்” என்னும் நன்கறியப்பட்ட வாசகத்தை முனவைத்த அவர், பெயர் சூட்டப்பட்டதிலேயே குழப்பத்திற்கு ஆளானவர். ஞாபக மறதிக்கு உள்ளாகிவிடும் அவரது தந்தை, **ஹென்றி மார்கன் ஃபாஸ்டர்** என்பதற்குப் பதிலாக, **ஹென்றி எட்வர்ட் ஃபாஸ்டர்** எனத் தன்பெயரையே சூட்டிவிட்டார். அடுத்து ஒரு விசித்திரம். மறு ஆண்டிலேயே தந்தை காசநோயால் மடிந்துவிட, தாய் மற்றும் அத்தை பாட்டிமார்களால் வளர்க்கப்பட்டவரானார் இ.எம். ஃபாஸ்டர்.

நான்கு வயதிலேயே வாசிக்கக் கற்றுக் கொண்ட ஃபாஸ்டருக்கு பள்ளி - கல்லூரிப் படிப்புகளில் ஆர்வமில்லை. லிட்டன் ஸ்ட்ரேஸி, ஜே.எம். கீன்ஸ் போன்ற அறிவாற்றல் மிக்கவர்கள் சக மாணவர்களாய் விளங்கியதால், விவாதங்கள், கட்டுரைகளில் ஆர்வம் செலுத்தி, தன் திறனை வளர்த்துக் கொண்டார்.

தாயுடன் இத்தாலி, ஆஸ்திரியா, கிரேக்கம் எனப் பயணித்து, உத்வேகம் கொண்டு எழுதத் தொடங்கினார். தத்துவாசிரியர் ரஸ்ஸலைச் சந்தித்தார். **விர்ஜினியா உல்ஃப்** சிநேகிதியானார். Where Angels Fear to Tread, The Longest Journey, A Room with a view எனப் புனைவுகள் அடுத்தடுத்து வெளியாகின. இதற்குப் பின் ஒரு நெருக்கடி. **1911**இல் Arctic summer என்றொரு நாவலை எழுதத் தொடங்கி, நிறுத்தி விடுகிறார். நாடகம் ஒன்றினை எழுத முற்படுகிறார். தோல்விதான் மிச்சம், பயணம் தேவைப்படுகிறது. **1906**இல் அறிமுகமாகி, அவர் நேசிக்கத் தொடங்கியிருந்த இந்திய மாணவர் **சையத் ராஸ் மதுத்**தைப் பார்த்துவர இந்தியா வருகிறார் இருமுறை தன் காதலை மசூத்திடம் வெளிப்படுத்தினாலும், மசூத் ஏற்கவிலலை. ஃபாஸ்டரின் தன் பால்காமம் ஈடேறாது போயினும், இந்தியா குறித்த நாவலை எழுதுவதற்கு ஊக்கம் கிட்டுகிறது. மசூத்தான் அதற்குக்காரணம் என்பதை அவர் குறிப்பிட்டுள்ளார். "மசூத் இல்லாவிடில் அங்கு நான் போயிருக்கவோ அதுபற்றி எழுதியிருக்கவோ மாட்டேன்... அந்நாட்டை நிர்வகிக்கவோ மக்களை முன்னேற்றவோ சம்பாதிக்கவோ நான் போகவில்லை. ஒரு நண்பரைப் பார்க்கவே சென்றேன்."

சிம்லாவில் ஆடம்பரத் திருமண நிகழ்வைப் பார்க்கிறார். இந்திய ராகங்களைப் பாடிக் காட்டச் சொல்லி கேட்கிறார். இந்திய விடுதலை குறித்த சீற்றம் நிலவுவதை உணர்ந்து கொள்கிறார் **1913** ஜூலையில் A Passage to India வை எழுத ஆரம்பிக்கிறார். ஆனால் இரண்டு மாதங்களில் அதை நிறுத்தி விட்டு, Mauriee னை எழுதத் தொடங்குகிறார்.

இதற்கிடையே **எட்வர்ட் கார்பெண்டர்** என்னும் சுதந்திர சிந்தனையாளரைச் சந்திக்கிறார். சோஸலிஸ வாதியான கார்பெண்டர் பெண்ணியம், தன் பால்காமம் சார்ந்து பேசக் கூடியவர். உழைக்கும் வர்க்கத்தைச் சேர்ந்த இளைஞர் **ஜார்ஜ் மெர்ரில்லுடன்** சேர்ந்து வாழ்ந்தவர்.

ஜார்ஜ் மெர்ரில் ஃபாஸ்டரை ஈர்த்து விடுகிறார். அவர்தான் Mauriee நாவலுக்கும் உந்துவிசை.

இதற்கிடையே முதல் உலகப்போர் வந்து விடுகிறது. செஞ்சிலுவை சங்கம் சார்பில் **அலெக்ஸாண்ட்ரியா** சென்று, காணாமல் போகும் வீரர்களைக் கண்டறிவதில் ஒத்துழைக்கிறார். மூன்றாண்டுகளுக்குப் பின் இங்கிலாந்து திரும்புகிறார். 1922 இல் இரண்டாவது முறையாக இந்தியா வரநேர்கிறது. இப்போது **தேவாஸின்** மகாராஜாவின் தனிச் செயலராக. ஓராண்டுகாலம். இக்காலத்தில் இந்தியா குறித்த நாவலை நிறைவு செய்து விடுகிறார். அதனை "சையத் ராஸ் மசூத் மற்றும் 17 ஆண்டுகால எமது நட்பு"க்கும் ன சமர்ப்பணம் செய்து விடுகிறார்.

ஏறக்குறைய நூற்றாண்டுகால வாழ்வில் பங்கேற்றிருந்த அவர், தனது 45வது வயதிற்குப் பின் பெரிதாக எதுவும் எழுதவில்லை. அவ்வப்போது நினைவுக்குறிப்புகள், அரசியல் விமர்சனங்கள், நாட்குறிப்புகள், சில கதைகள் தவிர்த்து. ஏன்? **பாரிஸ் ரிவ்யூ** நேர்முகத்தில் இதற்கான பதிலை இப்படி முன்வைக்கின்றார் :

"உலகின் சமூக நிலவரம் பெரிதும் மாறியுள்ளது. இல்லங்கள், அவற்றின் குடும்ப வாழ்வு மற்றும் ஒப்பீட்டளவிலான அமைதி சார்ந்த, பழைய மறைந்த உலகை எழுதுவதில் பழகிப் போயிருந்தேன். எல்லாம் போய் விட்டது. அது குறித்து என்னால் எண்ணிப் பார்க்க முடிந்தாலும், புனைவு வடிவில் என்னால் முன்வைக்க முடியவில்லை."

இது மட்டும்தானா காரணம்? இல்லை. அவரது நாட்குறிப்பு இன்னொரு முக்கிய காரணத்தைப் பதிவு செய்துள்ளது. அது அவரை நெருக்கடிக்கு உள்ளாக்கியிருந்த, அவமானத்தைச் சந்திக்க வைத்த, காலமெல்லாம் தனக்குள் ரகசியமாக வைத்திருக்க நேர்ந்த, வெளிப்பாடு காணாமல் தனிமைக்குள் அவரை இட்டு வைத்திருந்த தன்பால்காமமே.

பிரான்ஸிலோ, இத்தாலியிலோ அது இழிவாகப் பார்க்கப் படாமல், பிரிட்டனில் மட்டும் அப்படிப் பார்க்கப்பட்டது. தன்பால் காமம் காரணமாக **ஆஸ்கார் ஓயில்ட்** அவமானப் படுத்தப்பட்டது மட்டுமின்றி இரண்டாண்டு காலம் கடும் உழைப்பு தண்டனை பெற்றதும் பிரான்ஸூக்கும் புலம்பெயர வேண்டி

யிருந்ததுமான நிகழ்வுகளை தினசரிகள் பரபரபாக்கியதை ஃபாஸ்டார் தனது 16 வயதிலேயே கண்டு, இறுக்கம் கொண்டு விடுகிறார்.

Maurice நாவலை எழுதியதும் அதனை வெளியிடும் சூழல் நிலவுகின்றதா என்ற யோசனை வருகிறது. அப்போது இளைஞராயிருந்த **கிறிஸ்டோபர் ஈஷர்வுட்** டிடம் அபிப் பிராயம் கேட்கிறார். என்றாலும் அவர் இறந்த பிறகுதான், ஈஷர்வுட் முயற்சியால் நாவல் வெளியாகிறது.

II

A Passage to India வில் **அடெலா** என்னும் பிரிட்டீஷ் யுவதி, ஆளரவமற்ற இருண்ட இந்திய குகையொன்றுக்குள் போய் வருகையில், அசாதாரண நிகழ்வை எதிர்கொள்கிறார். அலறி அடித்து ஓடிவந்து சேர்கையில், உடலெல்லாம் புதர்முட்களால் ரணம்பட்ட நிலையில் இருக்கிறாள். என்ன காரணம்? காரணம் தெளிவாகத் தெரியாத நிலையில் பிரிட்டீஸ் நிர்வாகம் இந்திய மருத்துவர் அஸிஸ்ஸை கைது செய்து விசாரிக்கிறது. அடெல்லாவினை பலாத்காரம் செய்து மோசமாக நடந்து கொண்டவர் என்று வதந்தி பரப்புகிறது. ஆனால் விசாரணையில் அடெலா தெளிவாகக் கூறிவிடுறாள். மருத்துவர் அஸ்ஸிஸ் குற்றம் இழைக்கவில்லை என.

அப்படியானால் யார் காரணம்? அல்லது நடந்தது என்ன? இது தொடர்பான விவரிப்புகளில், நாம் அறிந்து கொள்வது :

நடுவர் நீதிமன்ற நீதிபதி **ரோன்னி**யின் தாய் திருமதி **மூரே** அக்குகையில் கேடாக எதுவும் நிகழவில்லை என்று கூறுகிறார். வாயாடியான அடெல்லாவுக்கு குகையில் நிகழ்ந்த அமானுஷ்யமான ஆன்மிக நிகழ்வைப் புரிந்து கொள்ளும் பக்குவமில்லை என்கிறார். அஸிஸ் மீதான தன் காதலை, அடெலா வெளிப்படுத்தாமல் தன்னுள்ளே அடக்கி வைத்திருந்தது தான் அந்த அசாதாரண எதிர்வினை என்கிறார் ஒரு விமர்சகர். "எல்லாவற்றின் மீதும் குவிமையம் கொள்ளச் செய்வதற்கானவையே குகைகள்;

முட்டையைப் போல ஒரு நிகழ்வுக்கு காரணமாய் இருப்பவை" என்கிறார் நாவலாசிரியர். ஆக முக்கியமானது, குகையில் நடந்ததை விடவும், அவ்விசாரணைதான். ஏனெனில் அவ்விசாரணை, பல மாறுதல்களை ஏற்படுத்துகிறது - ரோன்னியின் நிச்சயதார்த்தம் முறிந்து போகிறது; திருமதி மூர் இந்தியாவிலிருந்து கிளம்பி, பின் இறக்க நேர்கிறது; அஸிஸ்ஸூம் ஃபீல்டிங்கும் விலக நேர்கிறது; இங்கிலாந்துக்கும் இந்தியாவுக்கும் இடையிலான பகைமை வலுக்கிறது.

'தாக்குதல் இருக்கிறதோ இல்லையோ, அதுதான் கதையின் மையம், ஒவ்வொன்றும் அதிலிருந்து திரும்புகிறது. டாக்டர் அஸிஸ் குற்றவாளியோ இல்லையோ, பிரித்தானிய நீதியையும் அரசையும் விசாரணை செய்கிறது. அவ்வகையில் நாவல் அரசியல் சார்ந்தது.'

இன்னோர் அம்சத்தையும் இதில் ஃபாஸ்டர் உணர்த்தி விடுகிறார். ஒரு நிகழ்வில் நல்லதாயினும் சரி, கெட்டதாயிலும் சரி, ஒருவர் மட்டும் பங்கேற்பதில்லை பலகாரணிகள் இருக்கும். சமயங்களில் இதுதான் / இவர்தான் எனச் சுட்டிக்காட்ட இயலாது. உண்மை என்று அறுதியிட முடியாமல், நிச்சயமற்றதன்மை நிலவிக் கொண்டே இருக்கும். தோன்றி மறைகின்ற, பூசல்கள் மண்டிய, குரூர - களேபரமான உலகின் பின்னே சீரான, ஆன்மீக உலகம் ஒன்றுள்ளது.

அதுமட்டுமல்ல, குகைகள் சார்ந்து இன்னொரு புனைவையும் பின்னிச் செல்கிறார். 'சில குகைகளுக்கு நுழைவாயில்கள் இல்லையோ? தெய்வங்கள் வந்த பிறகு, குகையறைகள் திறக்கப்படவே இல்லையோ? வாழ்ந்திருப்போரை விட மடிந்தவர் அதிகமாயுள்ளது போன்றே, வருகை தந்திருப்போரை விட, இக்குகைகள் அதிகமாயிருக்கக் கூடும் - நானூறு, நாலாயிரம், நான்கு மில்லியன் கூட இருக்கலாம். உள்ளே ஏதுமில்லை, தொற்றோ புதையலே உருவாக்கப்படுமுன் மூடி முத்திரையிடப் பட்டவை அவை; மானுட சமுதாயத்திற்கு குறுகுறுப்பு அதிகரித்து, தோண்டி எடுத்தால், நன்மை / தீமையின் கூடுதலில் எதுவும் சேர்ந்துவிடாது. அவற்றில் ஒன்று நீர்க்குமிழி உருவில், கூரையோ

தரையோ இல்லாமல், பார்க்கும் திசையெல்லாம் தன் இருளையே முடிவின்றி பிரதிபலிக்கிறது. அதைத் தாங்கியுள்ள பாறை விழுந்து நொறுங்கிப் போகும் - ஈஸ்டர் முட்டைபோல வெறுமையாய்...'

பங்கிப்பூருக்கு அருகிலுள்ள பாரபார் குகைகள் **மாரபார் குகை**களாக நாவலில் இடம்பெறுகின்றன. பங்கிபூரில்தான் மசூத் வாழ்ந்து வந்தார். மசூத் சார்ந்த ஈர்ப்பும் நேசமும் வியப்பும், மாரபார் குகை மர்மங்களாகி, வியப்பினை உண்டாக்கி, புதிர்த்தன்மையதாகி விடுகின்றன நாவலில்.

III

தன்னை அலைக்கழித்த தன்பால்காமத்தை மையமாக்கி அவர் எழுதிய புதினமே Mauriee. கல்லூரிப் படிப்பில் நாட்டமன்றி, சற்று முரடனாக விளங்கிய **மெளரீஸ் ஹால்** என்னும் இளைஞன், தன் காமத்திற்கான எதிர்வினையை **கிளைவ் துர்ஹாமி**டம் காண்கிறான். நெருக்கமாகின்றனர் இருவரும். ஆனால் கிளைவ் இன்னொரு பெண்ணைச் சந்தித்து அவளை மணம் செய்து கொள்ள, மெளரீஸ் விரக்தியடைகிறான். இன்னொரு வாலிபனை நெருங்குகையில், அவமானப் படுத்தப்படுகிறான். மருத்துவரைச் சந்தித்து சிகிச்சைக்கு முற்படுகிறான். அவரது கால சமுதாயத்திற்கு மேலாக, அவரது கால அறிவியலிடம், குறிப்பாக மருத்துவரிடம் விஷயமில்லாதது கண்டு ஏமாற்றமே மிஞ்சுகிறது. தற்கொலை செய்து கொள்ளலாமா என்னும் சஞ்சலம் ஆட்டி வைக்கிறது. இறுதியில் கிளைவின் வேலைக்காரனின் ஈர்ப்பில் வசீகரிப்பில் மயங்க நேர்கிறது. ஆனால் உயர்ந்த வர்க்கம் - ஏழை வர்க்கம் / உழைக்கும் வர்க்கம் என்னும் வர்க்கப் பிரச்சனையை மெளரீஸ் எழுப்ப, அந்த உறவும் சிக்கலாகி விடுகிறது.

“அவனது வாழ்வில் எதுவும் மாறியிருக்க வில்லை. எதுவும் எஞ்சியிருக்கவில்லை. கிளைவுக்கு முன்னரும் கிளைவுக்குப் பின்னரும் போலவே, இப்போது நிரந்தரமாகவே, அவன் தன் தனிமையில் விடப்பட்டான். அவன் தோற்றிருந்தான், அது மிகவும் துயரமானதில்லை; அலெக் தோற்றிருந்ததைப் பார்த்திருந்தான். ஒருவிதத்தில் இருவரும் ஒரு நபரே. நேசம் தோற்றிருந்தது.

அவ்வப்போது அனுபவித்துக் கொள்வதற்கான உணர்வாகவே நேரம் இருந்தது. அதனால் விஷயங்களைச் செய்ய இயலவில்லை.”

III

ஃபாஸ்டரின் தனிச்சிறப்பு, எந்த நிலையிலும் அவர் சார்புநிலை மேற்கொண்டதில்லை. ஏகாதிபத்திய பிரித்தனிலிருந்து இந்திய மன்னரின் செயலராக பணியாற்ற இந்தியா வந்த போதும், இந்துக்கள், இஸ்லாமியர்கள், ஆங்கிலோ - இந்தியரான கிறித்தவர்கள் மற்றும் இந்துக்களுக்குள்ளேயான சாதியப் பிரிவுகள் ஒருபுறம், அரசியல் பிரிவுகள் இன்னொரு புறம் இருந்த சூழலில், நிதானமாகவே இவற்றை நோக்குகிறார்.

“.... பேரரசின் சிதைவுகளிடம் மீளவும் வரும் நாகரிகம், இங்கே ஆவியைப் போல திரிகின்றது; மாபெரும் கலைப் படைப்புகளிலோ மாபெரும் செயல்பாடுகளிலோ அல்லாமல், நன்கு வளர்ந்த இந்தியர்கள் அமர்ந்திருக்கையிலோ சாய்ந்து கிடக்கையிலோ செய்யும் சமிக்ஞைகளில் காணப்படக் கூடியதாக உள்ளது. உள்ளூர் துணி மணிகளை அணிந்துள்ள ஃபீல்டிங் தன் அருவருப்பான தோற்றத்திலிருந்து தனது சைகைகளெல்லாம் போலியானவை என்று உணர்ந்து கொள்கிறார்; ஆனால் உணவுக்காக நவாப் பகதூர் தன் கையை நீட்டுகையிலோ நூருத்தீன் ஒரு பாடலைப் பாராட்டுகையிலோ அழகான ஒன்று நிறைவேற்றப்படுகிறது.”

இன்னோரிடத்தில் கவிதை சார்ந்தும் நாகரிகம் சார்ந்தும் பேசும்போது, இரண்டிற்குமிடையிலான உறவினைக் குறிப்பிடுகிறார்:

“ஹமீதுல்லாவிடமே கவிதை குறித்த புரிதல் இருந்தது. மற்றவரது மனங்கள் கீழ்நிலையில் உள்ளதாக, முரட்டுத் தனமிக்கதாக இருந்தன. இருந்தும் அவர்கள் மகிழ்ச்சியுடன் கவனித்தனர். ஏனெனில் இலக்கியம் அவர்தம் நாகரிகத்திலிருந்து பிரிந்திருக்கவில்லை.... கவிதை யாருக்கும் “நன்மை” செய்யாதிருந்த போதும், கடந்தேகும் நினைவூட்டலாக, அழகின் தெய்விக இதழ்களிலிருந்து வரும் சுவாசமாக, இரு தூசு மண்டலங்கிடையிலான நைட்டிங்கேலாக இருந்தது.”

ஆதாரங்கள்

1. A Passage to India / E.M. Forster / The Reader's Digest Association Ltd., London, 1998.

2. Maurice / E.M. Forster / w.w. Norton & Company. INC., N.Y. - London, 1987.

3. The Preseince of E.M. Forster / Geoffrey Dutton / the technoskeptic. com

4. Damon Galgut / theguardian. com/2014

5. The Art of Fiction No (1) / Paris Review Interview

14. லூயி அல் அமார்

'கடினமாகத் தோன்றுவதால் நிறைய விஷயங்கள் துணிச்சலுடன் மேற்கொள்ளப்படவில்லை. துணிச்சலுடன் மேற் கொள்ளப்படாததாலேயே நிறைய விஷயங்கள் கடினமாகத் தோன்றுகின்றன.' என்றொரு வாசகம் உண்டு.

அல் அமாரின் (1908 - 1988) விஷயத்தைப் பொறுத்தவரை அவர் துணிகரமாக ஈடுபடத் தயங்கியதே இல்லை. 12வது வயதிலேயே எழுத வேண்டும் என்றெண்ணியவர். 20 ஆண்டுகாலம் அமெரிக்காவின் 'மேற்கில்' மரம் வெட்டுபவராக, ஆசியாவில் சர்கஸ் யானைகளைப் பழக்குபவராக மாலுமியாக, சுரங்கத் தொழிலாளியாக, பண்ணைக் கூலியாக, இரண்டாம் உலகப் போரில் துணைத் தளபதியாக பணியாற்றியவர்.

பின் எழுத வேண்டும் என்ற ஆசை தொடர்ந்து உந்தித் தள்ளவே, 101 நாவல்களும் 250 சிறுகதைகளும் எழுதி நன்கு விற்பனையாகும் எழுத்திற்கு உரியவரனார்.

அவர் எழுதியது 'மேற்கத்தைய' வகைமைக்குரிய சாகசமும் திருப்பங்களும் நிறைந்த மனிதர்களைப் பற்றித் தான். அதன் காரணமாக பல திரைப்படங்கள் அவரது நாவல்களிலிருந்து உருவாயின.

ஒரு புறம் பத்திரிகையாளரக மறுபுறம் சாகசப் புனைவு எழுத்தாளராக விளங்கிய அல் அமார், எந்த வேலையினை மேற்கொண்டாலும் எந்த ஈடுபாட்டில் இருந்தாலும், வாசிப்பதை நிறுத்தியதே இல்லை. பள்ளிப்படிப்பை அரைகுறையாக நிறுத்திய அவர், தொடர்ந்து வாசித்து வந்தார். வரலாற்றிலிருந்து இலக்கியம்

தத்துவம் எனப் பல்வேறு பிரிவுகள் சார்ந்த புத்தகங்களை படித்துள்ளார். அடிப்படைப் புரிதலும் ஓரளவு இருந்துள்ளது. ‘சுரங்கத் தொழிலாளி எப்படி நீட்ஷேவைப் படிக்க முடிகிறது!’ என்று ஆச்சரியத்திற்கு உள்ளாக்கப்பட்டுள்ளார். அவர் இறக்கும்தறுவாயில் அவரிடம் 17000 புத்தகங்கள் இருந்தன. முறையான கல்வி அவ்வளவாக இல்லாத ஒருவரிடம், தொடர்ந்து புத்தகங்கள் மீதான நேசம். தீராத வாசிப்பு. தன் வாசிப்பு அனுபவங்களைப் பதிவு செய்துள்ள நூல்தான் Education of a wandering man. இப்படி வாசித்து வருவதற்கான காரணத்தை அவர் விளக்குகிறார் : “வாசிப்பதை நேசித்துள்ளதால் வாசித்துள்ளேன். கற்றுக் கொள்வதை நேசித்துள்ளதால் கற்றுக் கொண்டுள்ளேன்.”

என்றாலும் புத்தகங்களிலேயே அனைத்தும் அடங்கிவிட வில்லை என்ற விழிப்புணர்வும் அவருக்குண்டு. ‘அது சப்தங்கங் களிலிருந்து, இசையிலிருந்து, ஒளி நிழல் விளையாட்டிலிருந்து, சந்திக்கின்றவர்களிடமிருந்து அல்லது சந்திக்க முடியாதவர் களிடமிருந்து வருகிறது.’

மேலும் தனிமை, மௌனம் என்பவற்றின் அருமைகளை உணர்ந்திருப்பவர். “முற்றிலும் தனித்திருப்பதன் பொருள் யாருக்கும் தெரியாது. நிசப்தம் என்றால் என்னவென்று ஒருவருக்கும் தெரியாது. நம் வாழ்க்கை வந்து போகின்ற மக்களாலும் வாகனங்களாலும் நிறைந்தது - இதனால் நம் புலன்கள் சப்தங்களைக் கவனிப்பதே இல்லை. இவையெல்லாம் ஆழ்மன ரீதியில் உள்வாங்கப்பட்டு, நமது வாழ்தல், சிந்தனைக்குப் பின்புலமாகின்றன.”

இப்படி உருக்கொண்டு வந்தமையால் எந்தக் கல்லூரியிலும் பயிலாத அவரால், நாற்பதுக்கும் மேற்பட்ட கல்லூரிகளிலும் பல்கலைகழகங்களிலும் உரையாற்ற முடிந்துள்ளது. அதிக விற்பனையாகும் முன்னணி எழுத்தாளராக முடிந்துள்ளது. **“புத்தகங்கள் இல்லாது போயிருந்தால், ஒரு தொழிலாளிக்கும் மேலாக என்னால் ஆகியிருக்க முடியாது; அல்லது என் சக தொழிலாளிகள் போல சுரங்க விபத்தில் மாண்டு போயிருந்**

திருப்பேன்.... உலகின் பொழுதுபோக்கிற்கும் அறிவுக்கும் ஓரளவு பங்களிப்பு செய்ய முடிந்துள்ளது.”

செவ்விந்தியரைப் பற்றிய அவரது அபிப்பிராயம் கேட்கப் பட்ட போது அவரது பதில் பெரும் புரிதலுடன் வெளிப்பட்டது : “அவனொரு வீரன், புராதன மனிதன், கற்காலவாசி. ஆனால் பெருமிதமிக்க நேர்த்தியான வீரன். தனக்கென்று பண்பாட்டையும் வாழ்வையும் கொண்டுள்ளவன். முற்றிலும் வேறுபட்ட இருபண்பாடுகள் இங்கே ஒன்று கலந்தன. அமெரிக்கன் கிறித்தவ யூத நெறிமுறைப்படி வளர்கக்ப்பட்டவன். இந்தியன் அப்படியில்லை.”

பிரெஞ்சுத்தந்தைக்கும் அயர்லாந்து தாய்க்கும் மகனாகப் பிறந்தவர் அல் அமார். அவரது தந்தை கால்நடை மருத்துவராக விளங்கியவர். அமார் வாழ்ந்த பகுதியும் அமெரிக்க மேற்கின் எல்லையில் இருந்துள்ளது.

இந்தச் சாகச உணர்வு அமொரிடம் படிய என்ன காரணமாயிருக்கும்?

“என் கொள்ளுத்தாத்தா செவ்விந்தியரால் கொல்லப்பட்டார். தாத்தா செவ்விந்தியர்களுடன் சண்டையிட்டுளளார்; பின்னர் இவர்களில் சிலர் தாத்தாவைப் பார்க்க வந்துள்ளனர். காபியும் தேநீரும் அருந்தியபடி பேசிக் கொண்டுள்ளனர். என் தாத்தா இறந்த பிறகு, அவர்கள் வரவேயில்லை...”

இவ்வளவு நடந்தும், செவ்வந்தியரைப் பற்றி சார்புத்தன்மை இல்லாது மதிப்பிடும் அமாரிடம் கொள்ளுத்தாத்தா - தாத்தாக்களின் குணங்கள் படிந்து அவரிடம் நாடோடித் தன்மையை ஏற்படுத்தியிருக்க வேண்டும்.

தனது நினைவுக் குறிப்புகளில் அவர் எழுதுகிறார் : “எழுதப்பட்ட ஒவ்வொரு சொல்லும், பிரபஞ்சத்திலான மனிதனின் இடத்தைப் புரிந்து கொள்ளும் முயற்சியே. அவன் என்னவாயிருக்கிறான்? என்னவாகிக் கொண்டிருக்கிறான்?

சா. தேவதாஸ்

..... இறுதியில் நாமெல்லாம் அறிவைத் தேடி அலைந்து திரிபவர்களாயிருக்கிறோம். பெரும்பாலான நாம் நாமிருப்பதை விட மேலானவர்களாக, வளமானவர்களாக, உலகத்திற்கும் நமக்கும் சில வகையில் முக்கியமனவர்களாகிடும் கனவை வைத்துள்ளோம். ஆனால் நாம் என்னவாக விரும்புகிறோம் என்பதை விடவும், நாம் பெற்றுக் கொள்வதில் அதிக அழுத்தம் வந்து, தவறான வழியில் செல்கிறோம்... நான் வாழ்ந்துள்ள உலகம் கடுமையானதாக, கசப்பானதாக இருந்து வந்துள்ளது; ஆனால் அது புனைவியல் படிந்ததாக இருந்து வந்துள்ளது. ஒன்றில்லாமல் மற்றதை என்னால் சகித்துக் கொள்ள முடிந்திருக்குமா என்பது சந்தேகமே."

15. நாதம் பிறப்பது கலைஞனிடமிருந்தா கருவியிடமிருந்தா

டி.எம்.கிருஷ்ணாவின் சமீபத்தைய நூல் ‘செபாஸ்டியன் அண்ட் சன்ஸ்’ (Sebastian and Sons / Context, 2020) மிருதங்கம் தயாரிப்போரின் வரலாற்றைத் தேடி ஆராய்கிறது. மிருதங்கமோ வேறெந்தக் கருவியோ அதனைத் தயாரிப்பவர் கைவினைஞர்தான். இசைப்பவர்தான் கலைஞர். இதுதான் இதுவரையிலும் உள்ள மரபு இது சரிதானா? மிருதங்கத்தை உருவாக்குபவர் வெறுமனே தொழிலாளர்தானா? என்னும் கேள்விகளை எழுப்பி, இவை வெறும் கேள்விகளில்லை என்று உணர வைக்கிறார் டி.எம். கிருஷ்ணா.

சுமார் ஒரு நூற்றாண்டு கால வரலாற்றினையுடைய மிருதங்கத்தை உருவாக்குவதில், தோல் பிரதான பாத்திரம் வகிக்கிறது. பசு, எருமை, ஆடு ஆகிய மூன்று விலங்குகளின் தோலை உரித்து பதப்படுத்தி அளவாக நறுக்கிப் பொறுத்த வேண்டும்; வார்களாக வெட்டி இழுத்து மாட்ட வேண்டும். அதுவும் உயிருள்ள விலங்கை கொன்று உரிக்கப்படும் தோலே விரைத்துப் போகாமல் மிருதுத் தன்மை கொண்டிருக்கும். அடுத்து மிருதங்கத்தின் உடல் பாகத்தை, தேர்ந்த பலாமரக் கட்டையிலிருந்து உருவாக்கித் தரவேண்டும். அதுவும் அக்கட்டையினை நீரில் மணலில் உப்பில் என அடுத்தடுத்து குறிப்பிட்ட தினங்களுக்கு ஊற வைத்துப் பின் தயாரிக்க வேண்டும்.

தோல் சார்ந்த வேலைகளை தலித்துகளும் மரம் சார்ந்த வேலைகளை தச்சர்களும் மேற்கொள்ள வேண்டும்.

கிராமம் சார்ந்த கால கட்டங்களில் தலீத்துகளை கலைஞர்கள் தம் வீடுகளுக்கு வரவழைத்து, சரிபார்த்தல் பணிகளை முடித்துக் கொண்டனர். தோல் பதனிடுவது மட்டும் தலீத்துகளின் வீடுகளிலேயே நடந்து வந்தது. கலைஞர்கள் சென்னை போன்ற நகரங்களுக்கு இடம் பெயர்ந்த போது, மிருதங்கம் தயாரிப்போரும் இடம்பெயர வேண்டியதாயிற்று. இப்போது ஒரு மாற்றம் கட்டாயமானது. தயாரிப்போர் கடைகளைத் திறந்து தொழில் செய்ததால் அவர்களை கலைஞர்கள் நாடி வர வேண்டியதாயிற்று. மிருதங்கத்தின் மற்ற விஷயங்களை கலைஞர்கள் காலப்போக்கில் கற்றுக் கொண்டாலும், தோலை உரித்து பதப்படுத்த தலீத் வேண்டியதாயுள்ளது. கலைஞர்கள் பிராமணராயினும் இசை வேளாளராயினும், தோல்சார்ந்த வேலைகளுக்கு தலீத்தைச் சார்ந்திருக்க வேண்டிய அவசியம்.

பாலக்காடு மணி அய்யர் போன்ற கலைஞர்கள், மிருதங்கத்தின் தயாரிப்பிலுள்ள உன் விவகாரங்களை அறிய நேர்ந்து, உயிருள்ள பசுவின் தோலை உரித்துத் தான் மிருதங்கம் செய்யப்படுகிறது என்பதை அறிந்ததும், அது சரியில்லை என்ற எண்ணத்தை ராஜாஜியிடம் வெளியிடுகிறார். நதிமூலம் ரிஷிமூலம் பார்க்க வேண்டாம் என்று சமாதானப்படுத்துகிறார் ராஜாஜி. பிறகு வழக்கம்போல தன் கச்சேரிகளைச் செய்யத் தொடங்குகிறார் மணி அய்யர்.

விதவிதமான மிருதங்கங்களை வாங்கிப் பரிசோதித்து, எதிலிருந்து பரிபூரணமான நாதம் வெளிப்படுகிறது என நுணுக்கமாக ஈடுபட்டு, மிருதங்கம் தயாரித்து கொடுப்போருக்குத் தாராளமாக பணம் தந்து, ஆதரவற்றவர்களை அரவணைத்து வந்த மணி அய்யரிடம், ஒரு கட்டத்தில் 50 மிருதங்கங்கள் இருந்தன என்கிறார் டி.எம். கிருஷ்ணா என்றாலும் மிருதங்கத்தை வடிவமைப்போர் காலங்காலமாக தொழிலாளரே. அதுவும் தீட்டான தொழில்புரியும் சமூகத்தினரே.

இந்த முரண்களை / அநீதிகளை கேள்விக்குள்ளாக்குகிறார் டி.எம்.கிருஷ்ணா.

மிருதங்கத்திலிருந்து நல்லநாதம் கிடைக்க மூன்று அம்சங்கள் உள்ளன. கைநாதம், தோல்நாதம், மரநாதம் என்பன அவை. கைநாதம் கலைஞரைச் சார்ந்தது. மற்ற இரண்டும் தலீத்துகளையும் தச்சர்களையும் சார்ந்தவை. மூன்றும் ஒன்றிணைய வேண்டும். அப்படியானால் குறிப்பாக யார்?

“இவ்வுருவாக்கத்தில் இறந்தனவும் உயிருள்ள வரும் எப்படி ஒன்று சேர்கின்றனர்? பசு, எருமை மற்றும் ஆட்டுத்தோல்கள் ஒன்றினையொன்று கவனிக்கும் போதும் ஒன்று மற்றத்தின் அசைவுகக்கு எதிர்வினை ஆற்றும் போதும் மோதி முரண்பட்டு இணையும் போதும் இசை நிகழ்கிறது. இந்நாதத்தை உருவாக்கியது யார்? எனக்குத் தெரியவில்லை. தோலின் நாதத்தினூடே அவ்விலங்கு உயிர்பெறுகின்றது ன ரவிகுமார் (ஒரு தொழிலாளி) குறிப்பிடுவது சரியாயிருக்கக் கூடும்; நாதமே உயிருள்ள ஜீவியாக இருக்கக் கூடும்” என்கிறார் டி.எம்.கிருஷ்ணா.

மிருதங்கம் போன்ற நுணுக்கமிக்க கருவியை உருவாக்குவது, யந்திரகதியிலான வேலை மட்டுமல்ல என்பதுதான் கிருஷ்ணா சொல்ல வருவது. அவர் எழுப்பும் சமூக அநீதி சார்ந்த கேள்விகள் ஒருபுறமிருக்க, கலை அழகியல் சார்ந்த ஆழமான அம்சமொன்று உள்ளது. அவர் இப்படி விளக்குகிறார்:

“அவரது (கலைஞரது) தோலும் பசு, எருமை, ஆடுகளின் தோல்களும் ஓர் இசை வடிவின் பாகமாகின்றன. கலைஞனின் கால்களில் படிந்திருக்கும் மரச் சட்டகம் அனைத்தையும் தாங்கி நிற்கிறது. ஆனால் கலைஞன் இவ்விஷயத்திற்குள் வருவதற்கு முன்னே, பல்வேறு அம்சங்களை ஒன்றிணைப்பவன் தயாரிப்பாளனே - தன் உடலால் முறுக்கியும் திருப்பியும் நீட்டியும் முறித்தும் அழுத்தியும் சுத்தம் செய்தும் பூசியும் வெட்டியும் கட்டியும் பல்வேறு மிருதுத் தன்மைகளையும் வண்ணங்களையும் சப்தங்களையும் வடிவங்ளையும் அவன் கொண்டு வருகிறான். இவன் மன்மதனே. இறந்ததையும் உயிர்த்திருப்பவரையும், உயிரற்றதையும் செயற்கையானதையும் புரிந்து கொண்டு,

அவற்றை இணைத்திடும் வழிவகை காண்கிறான். மிருதங்கத்தின் துடிப்பைப் பார்த்தறிகிறான், தன் விரல்களில் உணர்ந்து கொள்கிறான். முதல் முறையாக அவன் அதனைத் தொடுகையில் மிருதங்கம் பிறக்கிறது.”

இப்போது சொல்லுங்கள், நாதம் பிறப்பது எங்கிருந்து...

டி.எம்.கிருஷ்ணாவின் தனித்துவம் சம்பிரதாயத்தை, மரபினை அப்படியே ஏற்காததுதான். கர்னாடக இசைக் கச்சேரி வடிவை மாற்றிப் பார்க்கிறார்; அது இந்து மதத்திற்கு வெளியிலும் இயங்க வேண்டும் என்கிறார்; பக்தியுடன கட்டுண்டு விடக்கூடாது என வற்புறுத்துகிறார்; சபாக்களிலிருந்து சேரிகளில் நிகழவேண்டும் என அக்கறை கொள்கிறார்; மாநகராட்சிப் பள்ளி மாணவர்களுக்கு பரிச்சயப்படுத்துகிறார்.

இசைக்கலைஞன் சமூக உணர்வு கொண்டு அரசியல் பிரக்ஞை கொள்ள வேண்டும் என்பதை உணர்ந்து செயல்பாட்டாளராக மாறுகிறார்.

“ஒவ்வொரு கலைவடிவமும் தன் இருப்புக்காக ஒரு காரணத்தைக் கொண்டுள்ளது. மேற்கத்தைய பாப் இசை நேரிடையான அரசியல் - சமூக மாற்றத்திற்கான செய்தியை உள்ளடக்கத்திலும் வடிவிலும் பெற்றுள்ளது; காதல் சுதந்திரம் குறித்த கருத்துகளைக் கேள்விக்குள்ளாக்குகிறது; எவ்விதமான ஒடுக்குமுறையினையும் எதிர்க்கிறது. அமெரிக்காவின் மக்கள் உரிமை இயக்கமும் இசையும் பிரிக்க முடியாதவை...” என்கிறார் (Frontline, April 29, 2016).

ரமணாகிரமத்தில் கச்சேரியென்றால் ஆன்மிக உணர்வில் ஆழ்ந்து விடுவதாகவும் ஊரூர் குப்பத்தில் நிகழ்ச்சி / பள்ளியில் நிகழ்ச்சி என்றால் விழிப்புணர்வு ஊட்டுவதாகவும் அமைத்துக் கொள்கிறார்.

சிலப்பதிகாரத்திலுள்ள இசை நுணுக்கங்கள் நம் மண்ணுடன் பொழுதுடன் ஒன்றிணைந்திருப்பதைக் கண்டு அதிசயிக்கிறார்.

கர்நாடக மூன்றாம் பாலினருடன் இணைந்து இசை நிகழ்ச்சி நடத்துகிறார்.

டி.எம்.கிருஷ்ணா இசை மேடையில் கட்டுண்டு விடாது எழுத்தாளராகிறார், செயல்பாட்டாளராகிறார், பொறுப்புணர்வுள்ள அறிவுஜீவியாகிறார் - அப்போது கேள்விகளை எழுப்புகிறார். இந்திய மரபின் மேன்மை பற்றிப் பேசும் போது இருண்ட பக்கத்தையும் பேசியாக வேண்டும் என்ற சொல்கிறது அவரது மனச்சாட்சி.

“அகிம்சையின் பிறப்பிடம் என்ற நமது முக்கியமான ஸ்தானத்துக்கு அருகில் எந்த நாடும் வர முடியாது. ஆனால், வன்முறையின் கொடூர ஆயுதங்களையும் கொடூர வழிமுறைகளையும் பட்டை தீட்டிவைத் திருப்பதில் - ஒரு வேளை ஜப்பானுக்கு அடுத்தபடியாக - நாம்தான் உலக சாம்பியன்கள் என்பதையும் நாம் மறுக்கக் கூடாது. பெண்களை இந்திய ஆண்கள் நடத்தும் விதத்தையெல்லாம் பார்க்கும் போது நம்மால் என்ன சொல்ல முடியும்? நமது புராணங்களில் பெண்களெல்லம் தெய்வம்; நமது அன்றாட வ ாழ்கையிலோ அவர்கள் அடிமைகளை விட ஒரு படிமேல் அவ்வளவுதான்....” (தி இந்து, மே 14, 2014).

இது சீர்திருத்த வாதியிடமிருந்து பிறக்கும் குரல் மட்டுமல்ல; கலையின் தோற்றுவாயே அறச்சீற்றம் கொண்டிருக்க முடியும் என்பதை அவரே ஓர் உரையில் வெளியிட்டுள்ளார்.

“கலை என்பதெல்லாம் ஒத்துணர்வு (empathy) குறித்ததே; உங்களைச் சுற்றியுள்ளவர்கள் குறித்து நீங்கள் உணருகின்ற ஒன்று. நீங்கள் உயிர்த்துள்ளதாக உணர வைப்பது. அதனை நான் உணரத் தொடங்கும் போது செயல்பாட்டாளரின் துண்டுச் சீட்டு என்னுடன் இணைந்து விடும்.”

அப்படியில்லாமல் கலை உன்னதத்தையும் கசடையும் ஒருங்கே கொண்டுள்ளது எனில் அது உறைந்து விட்டது, இயக்க மற்றது என்றாகும். படைப்பாக்க உணர்வுடன் கலை அணுகப்படும்

போதே அது புதிதாய் இருக்கும், ஆரோக்கியமாயிருக்கும். அப்போது அது செவ்வியல் சார்ந்தது மட்டுமில்லை, பாப் இசை மட்டுமில்லை. யான்னி கூறுவதுபோல அது ‘உலக இசை’; கிருஷ்ணா கூறுவது போல ‘கலை இசை’.

அது மாற்றங்களை உள்வாங்கும், உயிர்ப்புடன் இயங்கும், மக்களுடன தன்னை இணைத்துக் கொள்ளும்; தன்னை தனித்து நிறுத்தி, துண்டித்துக் கொள்ளாது. அப்போது கருவியை ஆக்குபவனும் கலைஞனாவான், இசைப்பவனும் கலைஞனாவான்.

16. குணா கவியழகன் : நிலமும் காதலும் நினைவும்

"மனம் ஒரு நோக்கத்தோடு ஆர்வமுற்று இயங்கும் போது அந்த இயக்கமே ஒரு விடுதலை உணர்வைத் தருகிறது. முதல் விடுதலை உக்கிரமாய் அழுத்தப்படும் மனத்திலிருந்து கிடைக்கிறது. மேலும் வீணே மற்றவர்கள் மீது சினம், பொறாமை, வெப்பியாரம் கொள்ளும் மனதிற்கு உற்சாகமான வேலை கிடைத்து விட்டால் அந்தச் சக்தியைத் தவிர்த்து விடுதலை கொள்கிறது போலும்."

- 'விட மேறிய கனவு' - பக். 177

முப்பதாண்டு காலம் நீடித்து வந்த தமிழீழ விடுதலைப் போராட்டத்தின் வரலாறை பதிவு செய்பவையாக, குணா கவியழகனின் **நஞ்சுண்ட காடு விடமேறிய கனவு, கர்ப்ப நிலம்** என்னும் நாவல்கள் அமைந்துள்ளன. 2009 இல் முள்ளிவாய்க்கால் துன்பியல் நாடகம் நிகழ்த்தப்பட்டதுடன் சிங்களப் பேரினவாத வெறியாட்டம் முடிந்து விடாமல், தமிழர் வாழ்வின் தடயங்கள் கூட ஈழ மண்ணில் படிந்திருக்கக் கூடாது என, கல்லறைகள் உட்பட நினைவுச் சின்னங்களாக, எதுவும் விட்டு வைக்கப் படாத தகர்ப்பு வேலையும் நடந்து கொண்டிருந்தது. விடுதலைப் பேராட்டக் குழுக்களுக்கிடையிலான உட்பூசல்கள், ஈழ விடுதலைப் போராட்டம் குறித்த சரியான சித்திரம் கிடைக்கப் பெறுவதில் தடையாக இருந்தன. இப்போது இந்நாவல்கள் அத்தகைய சித்திரத்தை தமிழ் வாசகனுக்குத் தருகின்றன. மொழியாக்கம் பெற்றால் பிறமொழி வாசகர்களுக்கும் கிட்டும்.

விடுதலைப் புலிகள் இயக்கத்தில் இணைந்து, ராணுவப் பயிற்சிபெற்று, போராடத் தயாராவதை

'நஞ்சுண்ட காடு'ம், போர்க்கை தியானதும் பெற்ற வதைகளை 'விடமேறிய கனவு'ம் தமிழீழ விடுதலைப் போராட்டத்திற்கான ஆரம்ப கட்ட நிலைகளை / காரணங்களை 'கர்ப்ப நிலமும்' வரலாறாக்கியுள்ளன. வதைக்கப்படுவதால் விடுதலை வேண்டிப் போராடும் அனைத்து மக்களும் போராட்டத்தின பொழுதும் பெரிதும் வதைக்கப்படுகிறார்கள். அக்கொடிய வதையும் அதிலிருந்து பிறக்கும் ஓர்மமும் மானிடத்தின் உயரிய பண்புகளாக "போருழல்காதை" பதிவு செய்கின்றது.

'ஏணைப்பிறை' என்னும் தலைப்பில் தான் 'நஞ்சுண்ட காடு' முதலில் எழுதப்பட்டிருக்கிறது **2004**இல், **2014**இல் வெளியாகும் போது 'நஞ்சுண்ட காடாக' மாறியுள்ளது. நஞ்சுண்டான் காடு என்னுமிடத்தில் புலிகளின் பயிற்சி முகம் இருந்ததால் 'நஞ்சுண்ட காடு' யதார்த்தத்தில் ஒரு காட்டின் பெயராக அது இருப்பினும், பரிணாமத்தில் / பேராட்டத்தில் இன்னொன்றாக மாறக்கூடும் / மாறவேண்டும் என்னும் உத்தேசம் இப்போராட்டத்தில் இருந்திருக்க வேண்டும் என்பதை கவியழகன் உணர்த்தவே செய்கிறார். "பாம்பின் விசமே காலநீட்சியில் திரட்சியுற்று திரட்சியுற்று இரத்தினம் ஆகிறதாம். விசமென்றா அழைத்தீர் அதை. இதுவும் வலித்து வலித்து வாழ்ந்த மாந்தனின் கதை. வலியென்றா காண்பீர்? இல்லை விசமென்றா சொல்வீர்? நானறியேன். நீரே அறிவீர் அதை, கதை சொல்லிப் போவதே என்கடன்" 'ஏணைப் பிறை' என்னும் உருவகம் பிறை, ஏணை (தொட்டில்) போல் இருப்பதால் உருவான புனைவு. காட்டில் இரவு வேளையில் பயிற்சியாளர்கள் கதைத்துக் கொண்டிருக்கையில் இது இடம் பெறுகிறது.

"வளர்பிறை அற்புதமாய் குழந்தையின் ஏணை போலத் தெரிந்தது. எல்லாரையும் தாலாட்ட வானம் ஏனோ ஏணை கட்டிவைத்திருக்கிறது. குழந்தையின் பராக்கிற்காக மின்மினிகள். எண்ணி முடித்திடவா முடியுமதை? மின்மினிகளை ஒளித்து

விளையாட்டுக் காட்டுகின்றன வெண்முகில்கள். அவற்றை அள்ளிக் கையில் சுற்றிக் கொண்டால் அருமையாக இருக்கும் போலயிருக்கிறது. வாழத் தெரிந்தவன் அந்த ஏணையில் படுத்துப் பரவசம் அடையலாம்; யார் வேண்டுமானாலும் எத்தனைபேர் வேண்டுமானாலும் எங்குள்ளவர் வேண்டுமானாலும்..."

நண்பன் சுகுமார் அடிக்கடி சொல்லிவரும் அவனது அக்காவின் தியாக உள்ளம் கதை சொல்லியின் மனதில் படிந்து விட, முகாமை விட்டு வெளிவந்த போது, ஒருநாள் அவள் வீட்டுக்குச் சென்று பார்த்தபோது கண்ட காட்சி அவ்வளவு துயரத்தையும் வேதனையையும் வலியையும் எழுப்பி விடுகின்றன. நாட்டுக்காக சுகுமார் தன் உயிரைப் பணயம் வைக்கின்றான் எனில், பெரிய குடும்பத்திற்காக தன்னையே தியாகம் செய்கிறாள் அக்கா. ஏழ்மையையும் அதுதரும் அவமானத்தையும் தாங்கிக் கொண்டு, தன் அகவாழ்வையும் ஒன்று மில்லாததாக்கிக் கொண்டு இருப்பது, கதை சொல்லியை நொறுக்கிப் போட்டு விடுகிறது. அடுக்கடுக்காக கேள்விகளை எழுப்புகிறது.

"எத்தனை போர்க்களங்கள், எத்தனை இழப்புகள், எத்தனை துயரங்களை இந்தப் போர் வாழ்வில் பார்த்தாகிவிட்டது; வாழ்ந்தாகி விட்டது. அதற்கெல்லாம் பழகியாகிவிட்டது. பொது நியாயம் ஒன்றில் எல்லா இழப்புகளும் மேன்மை பெற்றிருந்தன. தவறுகள் கூட நியாயப்பட்டிருந்தன. அதனில் அதுவே தர்மமும், ஆனால் இது மட்டும் ஏன் இத்தனை தூரம் என் மனதை அலைக்கழிக்கின்றது? என் இரவுகளைக் கனமாக்குகிறது? நிலவே என்னைச் சுட்டெரிக்கிறது?"

ஈழமண்ணிலிருந்து உலகின் இதர விடுதலைப் போராட்ட களங்களுக்கு நீட்சி கொள்ளும் இக்கதையாடலின் முக்கியத்துவத்தை ஈழ எழுத்தாளர் க.வே. பாலகுமாரன் இப்படி விவரிக்கிறார்: "ஏணைப் பறை முழுவதும் ஒரு வலி பரவிக்கிடக்கின்றது. வாழ்வின் இருண்ட பக்கங்கள் வறுமை, இல்லாமை என்கின்ற பெரும் துயரம் இதற்குள் வாழத்துடிக்கும் மனிதர்கள் வெகு யதார்த்தமான பதிவுகளின் தொகுப்பாகின்றது. மனிதத் தேடலின் ஒரு பகுதிதான்

ஏணைப்பிறை. ஏணைப்பிறை முழுவதும் இழையோடும் தத்துவ விசாரங்கள் வாசிப்பாளனை பலவித கேள்விகளுக்கும், நெருக்கடிகளுக்கும் அந்தரத்திற்கும் உட்படுத்திவிடுகின்றன. ஏதோவொரு குற்றவுணர்வு பரவுகின்றது."

II

நாட்டு விடுதலைக்குப் போராடும் வீரர்கள் போர்க் கைதிகளாக்கப்பட்டு முகாம்களில் வதைபட, நேர்வதின் கோட்டுச் சித்திரம்தான் 'விடமேறிய கனவு.' இது இன்னொரு வகையில் தீக்கனவு, கொடுங்கனவு. "வாழ்வின் மற்றொரு பகுதி எனக்களித்த அனுபவத்தைக் கலையாகக் கட்டவிழ்த்துள்ளேன். விடமேறிய கனவாக உங்கள் வாழ்க்கைகளுக்கு வந்துள்ளது. இப்போது ஏன் பொறிகளுக்குள் அகப்படாத வாழ்வை மனத்தின் பொருமலாக எழுதிய கதையல்ல இது. மாறாகப் **பொறிகளால் நுகரப்பட்டு ஆத்மாவின் இருப்பு நிலையே அலைக்கழித்த அபூர்வமான வாழ்வின் தருணங்கள் இவை. இதைக் கலையாக்கி காலக் கைம்மாறு செய்வதற்காகக் கையளித்துள்ளேன்**" என்கிறார் கவியழகன்.

நாட்டு விடுதலைக்காக சுகம் சொத்துகளை இழந்து, வீடு உறவுகளை இழந்து, காதலை இழந்து போராடிக் கைதிகளாகத் தவிக்கையில், தனிமை வருத்துகையில், உண்டாகும் விசாரத்தின் தெறிப்புகளாக 'விடமேறிய கனவு' கலவரப்படுத்துகிறது. ஒருவன் உள்ளொடுங்கித் துக்கித்தால் இன்னொருவன் பீறிட்டு அழுகிறான். ஒருவன் சிந்தித்து சிந்தித்து விரக்தியை எட்டும்போது வேறொருவன் மனநிலை பேதலித்துப பிதற்றுகிறான். விதி, தர்மம், அறம், உண்மை எல்லாம் விசாரணைக் குள்ளாகின்றன. மரணம் கூட எள்ளலாகி விடுகிறது.

கைதிகளில் ஒருவரான ராசு அண்ணர் இந்நிலையில் சித்தர் போல பாடி விடுவார்:

"தர்மம் ஒரு வாழ்வின் பொய்யோ
சூதே அதன் உள்ளின் மெய்யோ

பொய்யே அதன் பொருளும்தானோ - இல்லை
பொருளே பொய்தானோ?
பொய்யும் மெய்யும் பொருளும் வாழ்வின்
மாயை மாயை மாயை தானோ?
தர்மம் ஒரு வாழ்வின் பொய்யோ...”

தமிழிழ விடுதலைப் போராட்டம் தமிழருக்கும் சிங்களவருக்கும் இடையிலான முரண் என்றாலும் இதன் ஆணிவேர், சிங்கள அடித்தட்டு மக்களது துயரம் துடைக்கப்படாத நிலையில் ஊன்றியுள்ளது என்கிறார் கவியழகன் :

“சிங்கள அடித்தட்டு மக்களை ஒடுக்கவே தமிழ்ப் பிரச்சினை கருவியாகக் கையாளப்பட்டு வருகிறது. எப்போதெல்லாம் தெற்கில் அதிகாரத்திற்கு எதிரான குரல் செயல் கொள்கிறதோ அப்போதெல்லாம் அதைத் தமிழர்களை நோக்கித் திருப்பி வருவதில் அதிகார வர்க்கம் வெற்றி பெற்று விடுகிறது. குழுமயமான வாழ்வில் அறிவுத்தனமான கோசங்களைவிட உணர்ச்சிகரமான கோசங்களே மக்களை ஆட்கொள்ளுகின்றது. இதை அவர்கள் பயன்படுத்திக் கொள்கிறார்கள். அங்கு தமிழர்கள் அழிக்கப்படும் போது இங்கு சிங்களவர்கள் நசுக்கப்படுகிறார்கள்...”

போராட்ட வாழ்வை அப்படியே நிகழ்வுகள், விவரணங்கள் நிறைந்த ஆவணமாக்கிவிடாமல், பண்பாட்டு நினைவுகளை மீட்டு, தொன்மங்களுடன் தொடர்புபடுத்தி, அதிர்வினை ஏற்படுத்தி விடும் நுட்பம் கவியழகனுக்கு வாய்த்து விடுவதால் புனைவின் அழகியலும் சேர்ந்து விடுகிறது. வாசகனிடம் சலனங்களை எழுப்பி விடுகிறது.

“**விலக்கப்பட்ட எந்தக் கனியையும் உண்டதில்லையே. பின் எதற்காக சபிக்கப்பட்டோம்? அணை கட்ட மெய்வருத்தி மண் சுமந்தோம். இருந்தும் எம் முதுகுகளில் ஏன் இந்த சாட்டையடி? எம்மை நம்பிய மக்களைக் காக்க நஞ்சுண்டோம். ஆனாலும் அது கண்டத்தில் மட்டும் தங்கவில்லையே!** எம்முடைய தல்லாத எதையும் கேட்டதில்லை, பின் எதற்காக வஞ்சிக்கப்பட்டோம்? “தர்மம் ஒரு வாழ்வின்

பொய்யோ...'' ராசு அண்ணரின் பாடல்தான் மனதில் வந்தது. கூடவே ராசு அண்ணரும். ''வரலாறு வெற்றிடங்களை விட்டு வைக்காது'' என்றாரே!''

விடுதலைப் புலிகள் இயக்கத்தில் சேர முடிவெடுக்கும் போது கதை சொல்லிக் தன் காதலை முறித்துக் கொள்ளும் துணிவு பிறந்து விடுகிறது. போர்க்கைதியாக முகாம் வாழ்வில் எப்போதேனும் அவள் நினைவு வருகின்றது. அதனை ஒதுக்கி விடப்பக்குவப் பட்டு வரும் அவனுக்கு, முடிவில்லா நேசமும் இணையில்லாத காதலும் கொண்டவளை அப்படி ஒதுக்குவது மனச்சாட்சியை உறுத்துகிறது. இயல்பு வாழ்க்கைக்குத் திரும்ப முடியும் என்பது உறுதிப்படாத போது, நினைப்பதால், வருந்துவதால் பயன் என்ன? ஆனால் ஒரு வாய்ப்பு மங்கலாகத் தெரியும் போது காதலி பற்றிய நினைவு தவிர வேறெதுவும் மனதில் தங்குவதில்லை. சித்திரவதையின் உச்சத்தில் உயிர் நழுவிவிடும் என்னும் பிரக்ஞை எழுகையில் உடல் மீதான உணர்வை ஆத்மான இழந்து விடுவதான நிலை வாய்க்கிறது.

''அவள், தான் நான் எனவாகிய நீ நான் எனச்சொல்லும் கண்களால் பகிர்கிறாள் அனைத்தையும் ஆத்மா நாங்கள் அரூபமய் அணைந்தே நடப்பதாய் உணர்கிறது. அவளிடம் இருக்கக்கூடிய அனைத்தும் அவள் கண்களின் வழி எனக்கெனவாகிறது.''

இங்கே காதலுணர்வு ஒரு பேருணர்வாகிவிடும் உருமாற்றத்திற்குள்ளாகி விடுகிறது.

மழைக்காலத்தில் சிள்வண்டுகளின் இரைச்சல் கூட, தனிமைப்பட்டுள்ள கைதியின் மனதை ஆட்டங்காணச் செய்கிறது. பிரமைகளை உண்டாக்குகிறது. மன அழுத்தமாகிறது. அஞ்சவைக்கிறது.

இன்னொரு நிலையில், விடை தெரியா வினாக்களுக்கெல்லாம் விடை தெரியத் தொடங்குகின்றது. தத்துவப் பிரச்சனைகளெல்லாம் தீர்ந்து விடுவது போல் தெரிகின்றன. **''நான் திரட்டிய அறிவு, அனுபவம் இன்று என் தவறுகளை, என்னைச் சூழ்ந்தவர்களின் தவறுகளை, என் சமூகத்தின்**

தவறுகளை பகுத்தும் தொகுத்தும் ஆய்கிறது. எல்லா வற்றுக்குமான வேர்களைத் தேடிப் பிடித்து விடவும் முடிந்தால் வித்தைத் தேடிப்பிடித்து விடவும் மனம் ஆவேசமாக இயங்குகிறது. ஏன்? மரணம் அருகே வந்துவிட்டதை உணர்ந்ததனாலா? இருக்கலாம். தன் வாழ்வு முடிவுக்கு வந்து விட்டதை உணரும் ஒரு வயோதிகன் தன் வாழ்வின் சாரத்தை எண்ணிப் பார்ப்பது இயற்கையானது. இதிலிருந்து தான் பலருக்கு துறவு தொடங்குகின்றது."

இக்கணத்தில் இப்புள்ளி விடைகளைத் தந்து கொண்டிருப்பினும், அடுத்த கணமே தத்துவ விசாரமாக தனிமனித வாழ்வுக்கும் கூட்டு வாழ்வுக்கும் இடையிலான பிணைப்பை / அவஸ்தையை உணர்வதாகி விடுகிறது. கூட்டு வெற்றியில் தனிமனிதனுக்கான பங்கு கிடைப்பதில்லை. கூட்டுத் தோல்வியில் தனிமனிதனுக்கு உரித்தானதை விடவும் அதிகமாக சுமக்க வேண்டியுள்ளது.

"ஓர் அழகிய குடும்ப வாழ்வை விட்டுப் பொது வாழ்வில் அர்த்தம் நிரம்பியிருப்பதான என் மன உந்துதல் இன்று என்னை அழகும் இழந்து அர்த்தமும் இழந்து அசிங்கப்படுத்தி அவமானப் படுத்தி அவலத்துக்குள் தள்ளிவிட்டது. தர்மம் என்பதின் சாரம்தான் என்ன? மனிதன் சமூக மாதலுக்கும் கூட்டு வாழ்விற்கும் தேவையான கருப்பொருள் தான் தர்மமே தவிர, அதன் ஜீவனில் எந்தப் பரிசுத்தமும் இல்லை. தனிமனித வாழ்வுக்கு தர்மம் தருகின்ற பரிசு வேறு."

எல்லாவற்றிலும் சிரமமானது போர்க்கைதி வாயில் மறைந்துள்ள சயனைட் குப்பியை பாதுகாப்பது. சில தருணங்களில் அது குதத்திற்கும் இடம் மாறும்.

III

"ஒரு குலப்பாடகன் தன் கூட்டத்தின் வாழ்வையும் தாழ்வையும் பெருமையையும் சிறுமையையும் பாடித் தீர்ப்பதில்தான் அமைதி கொள்வான். குலங்களுக்குள்ளும் ஆறாக் காயங்களும் தீரா

வேட்கைகளும் இருப்பது குலப் பாடல்களில் எப்போதும் உறைந்து கிடக்கும். அவன் மனக் கொந்தளிப்பின் வழியே குலத்தின் அச்சொட்டான குணம் வெளிப்படும். ஒருவேளை என்னுள்ளும் அத்தகைய மனம் தான் இயங்குகிறதோ என்னவோ, அது சரிதானென்றால் இது ஈழக்குலத்தின் கதை" என்னும் பீடிகையுடன் தொடங்குகிறது 'கர்ப்ப நிலம்.'

1995 னை ஒட்டிய காலகட்டத்தில் சற்று அமைதி நிலவிய வேளையில் தொடங்கும் கதையாடல், தென்மராட்சி, வட மராட்சி, கிளி நொச்சி என சிங்கள ராணுவம் நெருங்கி வருவதும், இங்குள்ள தமிழர்களெல்லாம் இருப்பவற்றை அப்படியே போட்டு விட்டு தப்பினால் போதும் என வன்னி நோக்கி இடம்பெயர்வதாக விரிந்து அதற்கு மூன்று நான்கு தலைமுறை வாழ்வுக்குள் திரும்புவதுமான போக்கில் சொல்லப்படுகிறது. இதனை கவியழகன் முன்வைக்கும் விதமே அலாதியானது:

"பூமியின் பசுமையை இருள் மூடியது. வானத்தின் கண்குளிர் நட்சத்திரங்களைக் கருமுகில் மூடியது. தொடக்க இருளில் துலங்கும் கடைத்தெருக்களைப் பதட்டம் மூடியது. விளக்காளியில் மிளிரும் வீடுகளை அச்சம் மூடிற்று. கோயில் மணியொலிகளை குண்டுச் சத்தங்கள் மூடின. கொலுவிருந்த தெய்வங்களை அதர்மம் மூடியது. பாதைகளை மூடி மனிதர்களை பிடிக்க அரச படைகள் வருகின்றன."

இந்நாவலில் இடம் பெறும் அழுத்தமான பாத்திரம்நாகமணி ஐயா பெரியதொரு விவசாயக் குடும்பத்தை நடத்தி வரும் அவர். சாதிய மீறல்களை எப்படி எதிர்கொள்கிறார், சிங்கள வருடனான உறவு நிலைகளில் அவரது சகிப்புத்தன்மை, பேரப்பிள்ளைகளுடனான அவரது கொண்டாட்டம், அவரது கடைசி மகள் தான் விரும்பியவனுடன் வெளியேறிச் செல்கையில், ஊரே வெளியேறிப் போகும் சிக்கலில் மாட்டிக் கொள்வதுடன் அவ்வளவு நெருக்கத்துடன் குடும்ப உறவுகளின் நெகிழ்ச்சியும் அரசியல் நெருக்கடி தரும் அழுத்தமும் பதிவாகியுள்ளது.

இதனூடே கைநழுவிப் போகும் ஒரு காதல், இரு மருத்துவத் துறையினரிடம் தவிப்பதையும் பார்க்க முடிகிறது. ஒருபக்கம் உயிர் தப்பினால் போதும் என மக்கள் வெளியேறுவது, மறுபக்கம் மனங்களில் எழுந்துள்ள காதலை வெளிப்படுத்த முடியாத தவிப்பு, எப்படி குழந்தையைப் பெற்றெடுக்கப் போகிறோம் என்னும் தேவியின் பீதி எல்லாம் ஒரு சூழலில் அவ்வளவு தீவிர கதியில் நிகழ்ந்து கொண்டிருக்கின்றன.

பெரிய ராணுவத்தை எதிர்க்கும் புலிகளின் நடவடிக்கை சரியானதா? அது வெல்லுமா எனும் கேள்விகள் எழும் போது நாகமணி ஐயா மந்திர வாசகங்கள் போல் உச்சரிக்கின்றார்:

'யதார்த்தத்தை நோக்கி இலட்சியத்தைத் திருப்பினால் அவன் வியாபாரி. இலட்சியத்தை நோக்கி யதார்த்தத்தைத் திருப்பினால் அவன் போராளி.'

V

"போராளியாக இருந்ததினால் விடுதலைப் புலிகள் இயக்கத்தில் இணைந்து கொண்டவர்கள், இயக்கத்தில் இணைந்து கொண்டதினால் போராளி ஆகியவர்கள், போராளியாவதற்காக இணைந்து கொண்டவர்கள், கட்டாயப் படைச்சேவையில் இணைக்கப்பட்டவர்கள், நிர்ப்பந்தத்தால் தாமே இணைந்து கொண்டவர்கள் இவர்களிலும் போராளியாகிக் கொண்டவர்களும் உண்டு. ஆகாதவர்களும் உண்டு. ஆச்சரியம் தரும் வகையில் கட்டாயத்தில் இணைக்கப்பட்டவர்களிலும் கூட போராளியாகிய வர்களும் உண்டு. ஆகாமல் வன்மத்தோடு வாழ்ந்தவர்களும் உண்டு. இவர்கள் எல்லாரும் விடுதலைப் புலிகள் உறுப்பினரே... விடுதலைப் புலிகளுடன் சேர்ந்தியங்கியதால் இலாபம் ஈட்டிய பொது நபர்களும் இப்போது இங்கே நஸ்டப்பட்டுக் கொண்டிருக்கிறார்கள். விடுதலைப் புலிகளின் காவல் துறையில் கைதியாக இருந்தவன் கூட இங்கே கைது செய்யப்பட்டிருக்கிறான். அங்குஅவனைக் கைது செய்தவனும் இங்கே இருக்கிறான் இது ஒரு கதம்பக் கைதிகள் சிறைமுகாம்" (பக். 130-1, விடமேறிய கனவு)

இத்தகைய சூழலின் முரண்களும் பேதங்களும் குழப்பங்களும் தான் கதைசொல்லியை திண்டாட வைக்கும் சவால்கள். ஏன், விடுதலைப் புலிகளை திகைக்க வைத்த சவால்களாயும் இருந்திருக்கக் கூடும். இவ்வளவு நிகழ்வுகள் சிக்கல்கள் தோல்விகள் இழப்புகள் தியாகங்களுக்குப் பிறகு விடுதலைப் புலிகள் இயக்கத்தை கவியழகன் மதிப்பிடுவது, கத்தி மேல் நடக்கின்ற சாதனையாகிறது.

"ஈழத் தமிழ்ச் சமூகம் தன் வாழ்வின் இடர்களுக்கு அரசியல் பரிகாரம் தேடுவதன் மூலம் இடர்களை நீக்க முடியும் என்ற ஓர்மையில் இயங்கிய சமூகம். அரசியல் விழிப்பு பெற்ற சமூகம். அந்த மண்கொண்ட கர்ப்பம் அது. அந்த ஓர்மையே போர் அரசியலில் அவர்களைக் கொண்டுவந்து நிறுத்தியது. முப்பதாண்டுக் காலம் உள்நாட்டு அரச அதிகாரத்திற்கு எதிராகவும் உலக சக்திகளுக்கு எதிராகவும் தனது ஓர்மையில் விட்டுக் கொடுப்பற்று தனித்து நின்று போர் செய்த சமூகம். இதனால், இருதலை முறைக்காலம் போரும் போர் சார்ந்த வாழ்வுமாக ஈழமண் புதிதான வாழ்வுப் பழக்கத்தைக் கொண்டது."

போர் இழைத்துள்ள விநாசங்களும் வலிகளும் இழப்புகளும் பரிசீலிக்கப்படுகையில், மனிதனின் யதார்த்தத்தை உணர்ந்து கொள்ளும் சந்தர்ப்பமாகிறது என்கிறார் கவியழகன்.

"மனிதன் அடைந்த ஞானம், பண்பாடு, அறம், ஒழுக்கம் அனைத்தும் போர் என்ற அனர்த்தத்தில் அது உருவாக்கும் கொந்தளிப்பான உணர்ச்சியில் எத்தகைய வடிவத்தை எடுத்துக் கொள்கிறது என்பது, மனிதன் உள்ளபடிக்கு என்னவாக இருக்கிறான் என்பதைத் தரிசிக்க உதவுகின்றது."

நினைவு சுடர்வதை விட மறப்பதுதான் மனதிற்கு கடினமானது என்கிறது அறிவியல். அதிகாரத்திற்கு எதிரான மனிதனின் போராட்டம், மறத்தலுக்கு எதிரான நினைவின் போராட்டம் என்பார் **மிலன் குண்டேரா**. ஈழ விடுதலை சார்ந்த எந்த நினைவும் எஞ்சியிருக்கக் கூடாது என்பதில் குறியாயிருந்து வருகிறது இலங்கை அரசாங்கம். கவியழகனின் நினைவு கூர்தலும் பதிவும் கூட போராட்டத்தின் அங்கமே.

IV

“மனவடையில் சேகரித்த நினைவின் பொன்துளியை விடவும் தித்திப்பானதல்ல தேனடையின் பூந்துளி. மீட்கும் தோறும் தித்திப்பான நினைவுகள் அவளிடம் இருந்தன. வாழ்வின் எல்லா இடர்களையும் கடந்து விடும் வல்லமை அந்தக் காதலின் நினைவுத் துளிகளுக்கு இருந்தன” என்றெழுதும் கவியழகன் போரின் விநாசங்களிலிருந்து முகிழ்க்கும் துயர் நினைவுகளின் அழுத்தத்தையும் சேர்ந்தே முன் வைக்கிறார் தன் நான்காவது நாவலில்.

‘உன்னைக் கொல்லவென ஒரு தோட்டா உனக்குண்டு. அதுவரும் வரை எதுவும் உன்னைக் கொன்று விடாது’ என்னும் வாசகம் பயத்தை உதறித் தள்ளி தீரத்துடன் போர்வீரனை களத்தில் சமர்புரிய வைக்கின்றது. செண்பகம் போன்ற பெண்புலிகள் ஆண்களுக்கு நிகராக தீரச் செயல்கள் புரிந்து பொறுப்பு நிலைகளில் உயர்கின்றனர். இன்னொரு புறம் ஆதி - வசுந்தரா வின் தமிழா - சிங்களக் காதல் உறவு, பல வேறுபாடு களைத் தாண்டி அழுத்தமாக வளர்ந்து நிற்கிறது.

அடுத்து, போர் என்பது மனித வாழ்கை தாண்டி இயற்கையினையும் காட்டு உயிரிகளையும் எப்படிப் பாதிக்கின்றது என்பது குறிப்பிடப்படுகிறது: “நகரங்களை இழந்த சனங்கள் காடுகளில் சிறுபட்டணங்களைக் கட்டுகிறார்கள். சிறு பட்டணங்கள் பட்டணங்களாக எழுகின்றன. காட்டில் யானைகள் தங்கள் பயண வழித் தடங்களை மாற்றக் கொண்டன. மான்களும் மரைகளும் மேய்ச்சலுக்கு வேறு தரை தேடுகின்றன. மரங்களும் மண்ணு மன்றி கட்டுமானத்திற்கு வேறேதும் இல்லாதசனங்கள்.”

இப்படியாக எழும் துக்கம் பல்வேறு சுவைகள் கொண்டது என்கிறது இப்புனைவு : “ துரோகத்தின் துக்கத்திற்கு ஒரு சுவை. புறக்கணிப்பின் வலிக்கு ஒரு சுவை. பிரிவின் வேதனைக்கு இன்னெரு சுவை. வஞ்சகத்தின் வாதைக்கு வேறொரு சுவை. இழப்பிற்கு ஒரு சுவை. இருப்பின் அர்த்தமின்மைக்கு இன்னொரு சுவை. இன்னும் தோல்விக்கு, ஏமாற்றத்திற்கு, நிச்சயமின்மைக்கு, நிராதரவிற்கு என்று தொடரும் துக்க வகைக் கென்று வெவ்வேறு சுவைகள்.”

யுத்தம் இருதரப்பிலும் சனங்களை சீரழிக்கிறது. சின்னா பின்னமாக்குகிறது. வீடுதோறும் ஆண்கள் வீரர்களாவது அடுத்து பெண்கள் வீரர்களாவது, இறுதியில் வயதானவராயினும் சிறாராயினும் களத்திற்கு சென்று சேரவேண்டிய நிர்ப்பந்தம், அவற்றைத் தொடரும் பேரிழப்பு எனச் சோகமும் துயரும் இதிகாசப் பரிமாண மடைகின்றன.

'தன்னைத் தான் எரித்துக் கொண்டிருக்கும் வரைதான் அது சூரியன். அதை நிறுத்தி விட்டால் அதற்கு மகத்துவமுமில்லை; காருண்யமுமில்லை. சீவரசிகளின் பிழைப்பு அதன் கைகளிலுமில்லை' என்றாகிறது.

இதன் விளைவு :

"யுத்தத்தோல்வி இன்னொரு வெற்றியால் சரி செய்யப் பட்டது. சரி செய்யப்படாமலும் யார் ஒருவராலும் சரி செய்ய முடியாமலும் கிடப்பது சனங்களின் வாழ்வுதான். புலிக்கொடியும் சிங்கக் கொடியும் வீழ்வதும் நிமிர்வதுமாக இருக்கின்றன. சனங்கள் தான் உடுக்கத் துணி இல்லாமல் அவதிப்பட்டுக் கொண்டிருக் கிறவர்கள். அதிகாரத்தின் மானவெறி சனங்களை அம்மணமாக்கி விட்டது."

மாதவன் - மயிலு காதல் காட்டிலுள்ள பூங்கொடிக்கும் புங்கமரத்திற்கும் மட்டுமே தெரியும் எக்காரணம் கொண்டும் காடு இவர்களைக் காட்டிக் கொடுக்காது என்று விவரிக்கும் இடத்தில், மதுரையை எரித்து விட்ட கண்ணகி, ஈழத்தில் 10 இடங்களில் தங்கிச் சென்ற ஈழ வழக்காறு நினைவுக்கு வருகிறது கவியழகனுக்கு அங்கிருப்பது வற்றாப்பனைக்கோயில். நந்திக்கடல் ஓரத்தில் இருக்கிறது.

"கடல் நீரில் விளக்கெரியும் கோவில் கண்ணகியின்
இறுதி இடம் இதுதான்.
நந்திக் கடல் தீரத்தில் நியாயம் கொண்ட அந்தக்
கோபக்காரி காணாமல் போனாள்.
அதற்குப்பின் அவளுக்கு என்னவாயிற்று...? திடமாக
யாருக்கும் தெரியாதாம்." (பக். 150 - 1)

தற்போதைய ஒரு காதலின் மலர்ச்சி, ஈராயிரம் ஆண்டு காதல் விவரிப்பைத் தொட்டு, அப்படியே கண்ணகியின் ஆவேசத்தை இலங்கை வழக்காற்றிலிருந்து மீட்டு, ஈழவிடுதலைப் போரின் இறுதிப் புள்ளியான நந்திக்கடலில் சுட்டிச் செல்வது ஓர் அசாதாரணத்தன்மைதான். புனைவின் வலுவும் வசீகரமும் பரிமாணங்கொள்ளும் வெளிதான்.

ஆதாரங்கள்

1. நஞ்சுண்டகாடு / குணா கவியழகன் / அதுல், 2014.

2. விடமேறிய கனவு / குண கவியழகன் / அகல், 2015

3. கர்ப்ப நிலம் / குணா கவியழகன் / அகல், 2018

4. மனிதப் பெருநாடகத்தின் பிரதி / குணா கவியழகன் / விகடன் தடம், ஜனவரி 2018

5. போருழல் காதை / குணா கவியழகன் / அகல், 2019.

17. கஜுராஹோ : கல்லில் சிலிர்க்கும் பரவசம்

தென்னிந்தியக் கோயில்களின் தனித்தன்மை, பிரும்மாண்டமான ஆலயங்கள், எழிவார்ந்த சிற்பங்கள் ஒன்று சேர்ந்து, கட்டிடக் கலை - சிற்பக்கலை சாதனைகளை முன்வைத்து, அவை வழிபாட்டுத் தலங்களாய் இருப்பவை. வட இந்தியக் கோயில்கள் பெரிதும் வழிபாட்டுத் தலங்களே. மத்தியப் பிரதேசத்தின் கஜூராஹோ காமக்கலை, காமவிளையாட்டுச் சிற்பங்கள் கொண்டன என்ற மனப்பதிவு மட்டும் வலுவாயும் அழுத்தமாயும் படிய வைக்கப்பட்டுள்ளது. அப்பிம்பம் சரியல்ல. இச்சிற்பங்கள் ஒரு பத்து சதமே. எஞ்சியுள்ளவை, கம்பீரமான கட்டிடக்கலைக்கும் நுணுக்கமான சிற்பங்களுக்கும் ஒன்றிணைந்த மதப்பார்வைக்கும் குறியீட்டு உத்தியின் வெளிப்பாட்டுக்கும் சாட்சியம்.

மத்திய பிரதேசத்தின் **சதர்பூர்** மாவட்டத்தில் கி.பி. 950 - 1050 காலகட்டத்தில் **சந்தேள ரஜபுத்திரர்களால்** நிர்மாணிக்கப்பட்ட இந்து, சமண ஆலயங்களே **கஜூராஹோ** கோயில்கள். ஆரம்பத்தில் 20 ச.கி.மீ பரப்பில் 85 ஆலயங்களில் தொகுப்பாக இருந்தவை, காலப்போக்கில் சுருங்கி வந்து, இன்று 6 ச.கி.மீ. பரப்பில் 25 ஆலயங்களாக உள்ளன.

சந்தேள ராஜபுத்திரர்களின் அரசு, பின்னாளில் **பண்டெல்கண்ட் அரசு** என்றழைக்கப்பட்டது. அவர்களின் தலைநகர் இங்கிருநது 35 கிமீ தூரத்தில் இருந்த **மகோபா.** 1022இல் இந்தியாவுக்கு வந்திருந்த ஆஃப்கன் நாட்டவரான **அல்பரூனி** இந்த

ஆலயத்தைக் குறிப்பிடுகிறார். *1335-42* காலகட்டத்தில் இந்தியாவில் தங்கியிருந்த மொராக்கோப் பயணி **இபின் பதூதா** இதனை கஜாரியா என்கிறார். "இஸ்லாமிய ரால் சிதைக்கப்பட்ட சிலைகளுடன் உள்ளன இக்கோயில்கள். சடை வளர்த்த யோகியர் பலர் மஞ்சளாடையணிந்து வாழ்கின்றனர். இவர்களிடமிருந்து யோக முறைகளைக் கற்றுக் கொள்ள முஸ்லீம்கள் அருகில் உள்ளனர்" என்கிறார்.

பிரித்தானிய ஆட்சியின் போது **டி.எஸ்.பர்ட்** என்னும் அளவையாளர் இதனை மறுகண்டுபிடிப்பு செய்துள்ளார். யோகியர் இதனை ரகசியமாகப் பயன்படுத்துவதாகவும் சிவராத்திரியின் போது நூற்றுக்கணக்கிலான இந்துக்கள் வந்து வழிபடுவதாகவும் **அலெக்ஸாண்டர் கன்னிங்ஹாம்** குறிப்பிட்டுள்ளார்.

கேதார்நாத், காசி, கயாவுடன் கஜூரஹோ சேர்ந்து நான்கு புனித சிவத்தலங்களாகக் கருதப்பட்டு வந்துள்ளன.

இக்கோயில் தோற்றத்துடன் தொடர்புடையனவாக, ஒரு வசீகரக்கதையும் ஒரு தொல்கதையும் உள்ளன.

வசீகரக்கதை

ஹேமவதி என்னும் அழகி, நிலவொளியில் நீராடும் போது, சந்திரனை ஈர்த்துவிட, இருவரும் காதல் வயப்பட்டு திளைக்கின்றனர். விடியும் போது 'உனக்குப் பிறக்கும் மகன் ஓர் அரசினை ஆட்சி புரிவான்' என்று சந்திரன் கிளம்பி விடுகிறான். காட்டுக்குள் சென்று தன் மகன் சந்திரவர்மனை வளர்த்து வருகிறாள் ஹேமவதி பின்னாளில் அவன் சந்தேளா வம்சத்தை நிறுவி, தாய்க்காக கஜூராஹோ ஆலயங்களை நிர்மாணித்தான்.

தொல்கதை

மேருமலையில் யோக நிலையில் சிவன் ஆழ்ந்துள்ளார். உலகில் ஓர் அரக்கனின் கொடுமை சகிக்க முடியாததாகிவிடுகிறது. இவ்வரக்கனை அழிக்க கார்த்திகேயனால் மட்டுமே முடியும். அதற்கு சிவன் பார்வதியை மணமுடிக்க வேண்டும். அதன் பொருட்டு சிவனிடத்தே காதல் உணர்வு தோன்றச் செய்ய,

மன்மதன் மலர் அம்பு எய்கிறான். சீற்றத்தில் சிவனால் எரிக்கப் படுகிறான். ரதியின் வேதனையைப் போக்க, தான் பார்வதியை மணந்து கொள்வதாக உறுதி அளிக்கறிார் சிவன். மணம் செய்து கொள்கிறார். சிவ-பார்வதியினிடத்தே காம உணர்வுகளை எழுப்பி விட, காமக்கலை சார்ந்த சிற்பங்களுடன் கஜுராஹோ ஆலயம் நிர்மாணிக்கப்பட்டது. சிவ-பார்வதி திருமண நாள் சிவராத்திரி, சிவராத்திரியைக் கொண்டாட நாடெங்கிலுமிருந்து யாத்ரிகள் இங்கு வந்து குவிகின்றனர்.

ஒரே வேளையில் புனிதக் கோயிலாகவும் காமக் கலை விவரிப்பாகவும் இருப்பதன் அடிப்படையை இத்தொன்மம் விளக்கவே செய்கிறது. இந்திய மரபில் முனிவர்களே காமக்கலை இலக்கணங்களை வகுத்துள்ளனர். **கோனார்க்** கோயிலில் இதற்கிணையான சிற்பங்கள் உள்ளன. திருவண்ணாமலை அருகிலுள்ள **சென்னப்ப நாயக்கன்** குளச்சுவர்கள் முழுவதும் காம விளையாட்டு விவரிப்புகள் - வேடிக்கையக, விநோதமாக, விசித்திரமாக. பிற ஆலயங்களில் தேர்களில் ஒன்றிரண்டு இடம்பெற்றிருக்கும். பல்வேறு வழிபாட்டு முறைகளை நம்பிக்கைகளை சடங்குகளை உடைய இந்திய பண்பாட்டில் காமம் சார்ந்த கொண்டாட்டம் சாக்த மரபில் இருந்து வந்துள்ளது. தாந்திரிகத்தில் காமம் சடங்கியல் சார்ந்துள்ளது. சடங்கியல் சார்ந்த காம விளையாட்டுக்களாக இங்கே கல்லில் உறைய வைக்கப்பட்டுள்ளன.

எனவேதான், யோகியர் இங்கு தொட ர்ந்து வந்துள்ளதும் சிவராத்திரி கொண்டாட்டமும் வழிபாடும். இபின் பதூதா, கன்னிங்ஹாம் குறிப்புகள் இதனை அரண் செய்கின்றன.

இன்னொன்று : கஜுராஹோவிலுள்ள தொன்மையான ஆலயங்களுள் ஒன்று, சௌசாத் யோகினி கோயில். 64 பெண் தெய்வங்களை உடையது. தாய்த் தெய்வ வழிபாட்டின் அடையாளமாக இருக்கிறது.

சந்தேளர்கள் ரஜபுத்திர பிரிவினராகக் குறிப்பிடப்பட்டாலும், தாய்த் தெய்வத்தை வழிபட்ட **கோண்டுகள், பார்**களிடமிருந்து

வழிவந்தவர்கள். இப்பழங்குடியினரது தெய்வம் **மனியாதேவி.** அது ஒரு தாய்த் தெய்வம். இத்தாய்த்தெய்வத்திற்கு அர்ப்பணிக்கப் பட்டுள்ள **சௌசாத்யோகினி** கோயில், மேற்கூரையின்றி அப்படியே உள்ளது. இந்தியாவின் மிகத் தொன்மையான யோகினி கோயிலும் இதுதான் (கிபி 875).

"இடைக்கால இந்தியாவில் கஜுராஹோ முக்கிய மையமாயிருந்துள்ளது. இந்த யோகினி வழிபாடு வளப்பச் சடங்குகளுடன் இணைந்தது. திறந்த வெளியில் யோகியரால் மேற்கொள்ளப்படுவது. இதற்குப் பொருத்தமானவையாக கோயிலின் வெளிச்சுவர் சிற்பங்கள் சடங்கியல் காம விவரிப்புகளாக இருந்திருக்க வேண்டும்" என்கிறார் தொல்லியல் துறை இயக்குனர் **கிருஷ்ணதேவா.**

சாக்தம் - தாந்திரிகம் - **சிவப்பிரகாசா** என்ற சிற்ப நூல் ஆகியவற்றின் அடிப்படையில், கஜுராஹோ கோயில்களின் கட்டமைப்பையும் மிதுன சிற்பங்களின் குறியீட்டு அர்த்தத்தையும் விரிவாக ஆய்ந்துள்ள **தேவாஸ்கனாதேசாய்**, ஒரு பட்டவர்த் தனமான பாலியல் உறவு சித்தரிப்பில் கூட காம கலாயந்திரம் பொதிந்துள்ளது என வாதிடுகிறார்.

இவ்வாதத்தினை வேறுவிதமாக முன்வைக்கிறார் **ஷோபிதா புஞ்சா.** கஜுராஹோவின் புவியியல், வரலாறு, தொன்மம், தத்துவ ரீதியில், சிவபுராணம், காம சூத்திரம், குமாரசம்பவம் என்னும் பனுவல்களின் ஆதாரத்தைக் கொண்டு புஞ்சா முன்வைக்கும் ஆய்வு முடிவு : 'இக்கோயில்களின் ஆலயங்களிலுள்ள எண்ணற்ற சிற்பங்கள், புலனின்பத்தை போற்றவில்லை மாறாக, நேர்மாறான வகையில், ஆசையை அடக்கச் சொல்கின்றன. இந்தியத் தத்துவத்திலுள்ள எல்லாப் பி/ரிவுகளின் சாரமும் அதுவே. இது ஆசை நிறைவேற்றமல்ல மாறாக ஆசையைத் துறந்து நித்திய இன்பம் பெறுதல்.'

வரலாற்றாசிரியர் ரொமிலாதாப்பர் வேறு விதமாக இதனை அணுகுகிறார்: "அந்தக் காலகட்டம் குஷியுகம். இன்பத்தை குற்றவுணர்வுடன் முடிச்சுப் போட்ட புத்தமதத்தின் ஆசாரப் பதிவை மீறி இலக்கியம், கலை இரண்டிலும் பாலின அம்சம் கரைபுரண்டு அலை மோதியது... அது காமக்கவிகள் பீறிட்ட காலகட்டம்"

'கோவில் நிர்மாணத்தின் வாஸ்து - சிற்ப சாத்திரத்தில் மிதுன சிற்பங்களுக்கு இடமுண்டு... பிறந்த மேனி அப்சரஸின் தொடையிலிருக்கும் தேள் **கஜுராஹோவைக்** (இடத்தை) குறிக்கிறது. (சமஸ்கிருதத்தில் தேளுக்கு **கர்ஜுரா** என்று பெயர்). அதே நேரத்தில் **தேள் விஷமாய்ப் பரவும் காமத்தையும் குறிக்கிறது. பார்க்கும் சாமான்யனை முதலில் பரவசப்படுத்தி பின்பு ஆன்மீகக் களத்திற்குள்ளும் அவனைக் கொண்டு செல்வதோடு ஒரு ரகசிய சேதியையும் அறிவுறுத்துவது தான் இதன் நோக்கம். இந்த வகைச் சிற்பங்கள் கோவிலின் மகாமண்டபம் - கர்ப்பக்கிருகம் கூடும் சந்தியில்தான் அதிகம் என்று தொடர்ந்து வாதிடுகிறார் தேசாய்.**'

கஜுராஹோ சிற்பங்களிலிருந்து உத்வேகம் கொண்டு 'முக்தி சில்பம்' என்னும் நாட்டிய நாடகத்தை உருவாக்கியுள்ள குச்சிப்பிடி நர்த்தகி **சரளா குமாரி** அணுகுவது ஒருவிதம்:

> **"ஆன்மிகமும் புலனின்பமும், வேடிக்கையும் ஆழமான உணர்வும் வாழ்க்கை, ஆற்றல், வேட்கையின் ஆனந்தமான கொண்டாட்டத்தில் சங்கமிப்பதை கஜராஹோவின் மைதுன விவரிப்புகளில் தவிர வேறெங்கும் காண முடியாது. பெண் சார்ந்தும் ெண் தெய்வம் சார்ந்தும், உடல் - பாலியலாற்றல் சார்ந்தும் இத்தகைய புதுமையான / பொலிவான அணுகு முறைகள் நவீன இந்திய சமூகத்தில் பிரதிபலிக்க வில்லை."**

மேலும் அவர் விவரிக்கிறார் - ‘புலப்படுகின்றதும் புலனின்பம் சார்ந்ததுமான இன்பங்களின் ஆற்றல்மிக்க இணைவு, உடல் - ஆன்மாவின் சக்திவாய்ந்த உருமாற்றதை கொண்டு வருகின்றது. இதுதான் இந்த இசை நாடகத்தை (முக்தி சில்பம்) தயாரிக்குமாறு உத்வேகமளித்தது.’

II

ஒன்றை மட்டும் அழுத்தமாகக் கூறவேண்டும். கிளர்ச்சி யூட்டுவதற்காக வணிகர்கள் தயாரித்து சந்தைக்கு அனுப்பிடும் பளபளப்பான காகிதங்களிலிருந்தும் காணொளிகளிலிருந்தும், காமக்கலை சார்ந்த கஜுராஹோ உள்ளிட்ட மைதுன சிற்ப விவரிப்புகள் வேறுபட்டவை. உன்னதமான நிர்மாணங்களின் வெளிச்சுவர்களின் அடிப்பகுதியில் விலங்குகள், மத்திய பகுதியில் மானுட மைதுன உருவங்கள், மேலே தெய்விக உருவங்கள் என விவரிக்கப்படும்.

தேரின் மூலையில் ஒரு காமலீலை இடம்பெறும், மண்டபங்களில் மூன்றிரண்டு பொதுவாக இடம்பெறும். காமம் வெறுக்கத்தக்கதல்ல. புலின்பம் மோசமானதல்ல. ஒவ்வொன்றுக்கும் அதனதன் இடமுண்டு. பாலின்பத்திலிருந்து பேருணர்வைப் பெறலாம். அங்கு புலின்பம் ஒரு சாதனம்.

‘காமம் காதலாகி, காதல் பக்தியாகி, பக்தி ஆன்மிகமாகி, ஆன்மிகம் உயரிய பிரக்ஞையாகிறது.’

உலகியலும் ஆன்மிகமும் நேர் எதிரானவை அல்ல. உலகியலிலிருந்துதான் ஆன்மிகத்திற்கு பயணப்பட வேண்டும். ஒன்றைத் தவிர்த்து இன்னொன்றில்லை.

ஆக, ஒட்டுமொத்த அணுகுமுறையில் சிவராத்திரி கொண்டாட கஜுராஹோ வரும் யாத்ரிகனுக்கு கஜுராஹோ ஆபாசமில்லை, வாழ்வின் அங்கம். கொண்டாட்டமே தவிர விரசமல்ல.

'இங்கே ஒருமுத்தம் ஆயிரமாண்டுகள். நீடிக்கும்' (ஆலன் லைட்மேன், நாவலாசிரியர்)

ஆதாரங்கள்

1. A celebration of Life and Sensuality /swathi sharma / The New sunday express, 20 Jan. 2013

2. Beacon of Liberalism / Hugh and colleen Gantzer/Tol - The speacking Tree, May 13, 2018.

3. The Religions Imagery of Khajuraho / Devangana Desai / Franco - Indian Research pvt.Ltd.,

4. *பரவசம் கடந்த படைப்பு / எஸ். காளிதாஸ் / இந்தியா டுடே, மார்ச் 13, 1999*

5. Divine Ecstasy / The story of Khajuraho / shobita punja / viking / penguin

18. சொல்லும் பொருளும் அகராதியும்

சொற்களின் வரலாற்றில், சில சென்று தேய்ந்து இற்று விடுகின்றன; சில விரிவான பொருளைத் தரத் தொடங்குகின்றன; சிலவற்றின் இடத்தை வேறு சில பிடித்துக் கொள்கின்றன. இந்நிலையில் அகராதி தொகுப்பு நீடித்த ஒன்றாக இல்லாத, தமிழ் போன்ற மொழிகளில், பிறமொழிச்சொற்களுக்கான விளக்கங்களை துல்லியமாக உள்வாங்குவது, மொழிபெபயர்ப்பாளருக்குச் சவாலாகி விடுகின்றது.

ஆங்கில வார இதழ் ஒன்றில் இந்தித் திரைப்பட இசையமைப்பாளர் ஓ.பி. நய்யார் Maverick Musician என்று குறிப்பிடப்பட்டிருந்தார். கட்டுரையை படித்து முடித்த பிறகு, ‘இதில் எதிர்மறையாக எதுவும் நய்யாரிடம் இல்லையே, பிறகேன் Maverick என்று குறிப்பிடப்படுகிறார்?’ என்று தோன்றியது. உடனே சென்னைன பல்கலைகழக ஆங்கில - தமிழ் அகராதி (1965) யைப் புரட்டினால் அதிலுள்ள விளக்கங்கள் : சூடிடப் பெறாத ஓராட்டைக் கன்று, உரிய மேலாளற்றவர், தான் தோன்றியாகத் திரிபவர், ஒத்திசையாதவர். இவை எனக்குத் தெளிவாக்கவில்லை. The New Penguin English Dictionary (2000) யைப் புரட்ட, an Independent and a nonconfirmist individual என்ற விளக்கங்கள் கிடைத்தன. உடனடியாகப் புரிந்தது. சென்னை பல்கலைக்கழக அகராதியில் உள்ள விளக்கங்களில் ‘‘ஒத்திசையாதவர் ன்பது இருந்தாலும், அது கடைசியாக உள்ளது. அதனுடன் சேர்ந்துள் ளவிளக்கங்களில் ‘தான் தோன்றியாகத் திரிபவர்’ என்பதைத் தவிர்த்து, மற்றவை நம்மைக் குழப்புகின்றன.

காரணம் : அச்சொல்லின் தோற்றத்திலுள்ள அர்த்தங்களே, சூடிடப் பெறாத ஓராட்டைக்கன்று, உரிய மேலாளரற்றவர் என்பவையே. இவை இச்சொல்லின் நடைமுறை அர்த்தத்தைக் குறிக்கவில்லை. இதனால் எழும் குழப்பமே எனக்கு வந்தது. இச்சொல் **சாமுவேல் எ. மாவெரிக்** (இ.*1870*) என்னும் அமெரிக்கப் பண்ணை உரிமையாளரின் பெயரிலிருந்து பெறப்பட்டது. அவர் தன் கன்றுகளுக்கு முத்திரை குத்துவதில்லை - வரி கட்டாமலிருப்பதற்காக. இதன் காரணமாக முத்திரை குத்தப்படாத பண்ணை விலங்கு, தாயற்ற கன்று என்பவற்றை ஆரம்பத்தில் இச்சொல் குறித்தது. பின்னர் சூழல் மாறிய நிலையில், நபர்களைக் குறிக்கத் தொடங்கும் போது, தன்னிச்சையானவர், ஒத்திசையாதவர் என்று அர்த்தப்படுத்தின.

ஆங்கில அகராதி, மாறிய சூழலில் பெறப்பட்ட அர்த்தத்தை மட்டும் தருகிறது. வாசகனுக்கு தெளிவு ஏற்படுகிறது. ஆங்கில - தமிழ் அகராதி அச்சொல்லின் வரலாறு, நடைமுறை அர்த்தங்களையும் ஒரு வரிசையில் இடம் பெயரச் செய்து குழப்பி விடுகிறது. சொல்லின் வரலாறை இறுதியில் தந்து, நடைமுறைப் பொருளை முதலில் தந்திருந்தால் சிக்கல் ஏற்பட்டிருக்காது.

தன் வாழ்வில் சலிப்போற்மடாமலிருந்தால் போதும், Maverick ஆக, இருப்பது பற்றிப் பிரச்சனை இல்லை என்றுபொருள் படும் வகையில் விக்ரம் சேத் குறிப்பிடுவார்: “My Main motivatino is not to get bored. I am just hoping to get a vauely maverick reputation.”

இதுபோன்றே Paranoia என்னும் உளவியல் சார்ந்த சொல்லுக்கு சரியான சொல்தேடும் நீதியரசர் வெ. இராம சுப்பிரமணியனின் அனுபவம் இன்னொருவகை. தினமணியில் சொற்கள் தொடர்பான பொருட்களை விளக்கும் ஒரு பத்தியில், இச்சொல்லுக்கு வாசகர்கள் தந்துள்ள பல்வேறான விளக்கங்களை அதில் விவாதிக்கின்றார்.

தன்னிலை அறியாக் குறைாடு, அவநம்பிக்கை, தொடர்புத் திறன் குறைபாடு, வேண்டா பய குறைபாடு - என்னும் நான்கு தொடர்களை / சொற்களை ஒரு வாசகர் தருகின்றார்.

மனமாயை, கற்பனை, பொய்த் தோற்றம், கற்பனை நினைப்பு, கானல், எதிர்மறை ஏற்பு, அச்சம், பீதி, மனமயக்கம் - என்பனவற்றை இன்னொருவர் முன்வைக்கிறார்.

மருள் / மருளி என்பதை மட்டும் வேறொருவர் தருகிறார்.

இன்னும் சிலர் இவற்றைச் சார்ந்து வெவ்வேறு தொடர்கள் சரியாக இருக்கும் என்கின்றனர்.

சென்னைப் பல்கலைக்கழக அகர முதலி 'தருக்கியல் சித்தப் பிரமை' அல்லது 'அறிவுப் பிறழ்ச்சி' என்ற பொருள்களைத் தருகின்றது; 'தருக்கியல் சித்தப் பிரமை' பொருத்தமாக உள்ளது என்றாலும் 'சூழ்ச்சிக் கலக்கம்' பொாருத்தமாக இருக்குமா என்ற முடிவை வாசகர்களிடம் விட்டு விடுகிறார்.

'பாரநோய்' என்னும் ஆங்கிலச் சொல்லுக்கு பெங்குவின் அகராதி தரும் பொருட்கள் :

1. Mental disorder characterized by delusions of persecution or grandeur.

2. a tendency towards excessive or irrational suspiciousness and distrustfulness of others.

para + nous (beside / beyond & mind) என்னும் வேர்ச் சொற்களிலிருந்து பிறந்தது இச்சொல்.

ஆக பொதுவாக அச்சம் / பயம்/ அவநம்பிக்கை என்பதை வடவும், மனமயக்கம், பீதி என்ற சொற்கள் உடனடியான பொருளைத் தந்து விடும்.

சரியான சொற்பொருளை இனங்காட்டுவதில் அகராதித் தொகுப்பாளருக்குள்ள பிரச்சனையை மொழியியலாளர் பா.ரா. சுப்பிரமணியன் சுட்டிக் காட்டுகிறார்.

"…. மொழியின் சொற்களையும் பொருள்களையும் கணக்கெடுக்கும் அகராதியியலாளர்கள் மாற்றங்களை, புதிய போக்குகளைக் கண்டு கொள்கின்றனர். அவை அனைத்தையும் வெளிப்படுத்தவும் அவர்கள் தயங்குவார்கள். ஏனெனில்

மாற்றங்களிலும புதிய போக்கு களிலும் தவறானவையும் இருக்கக் காண்கிறார்கள். புதிய போக்கு எது, தவறானது எது என்று தீர்மானிப்பது பல இடங்களில் எளிதல்ல என்தும் அவர்களுக்குத் தெரியும். மாற்றங்கள் அனைத்தையும் கொடுத்து விடுவதால் தவறானவையும் இடம் பெற்று விடும். எனவே இதற்கு மாற்றாக இப்படித்தான் இருக்க வேண்டும என்று விவரித்து அவற்றை மட்டுமே கொடுக்கலாம். இவ்வாறு விதிப்பு முறையை மேற்கொள்ளும்போது புதிய போக்ககளைப் றுக்கணித்துவிட வாய்ப்பு நிறையவே இருக்கும்.”

Synchronicity என்றொரு வார்த்தை. ‘அர்த்த பூர்வமான தற்செயல் நிகழ்வு’ என்னும் பொருளுடையது. பல ஆண்டுகளாக பார்க்காதுள்ள நபரை எண்ணிப் பார்க்கையில் அந்நபர் தொலைபேசியில் பேசுவது இதற்கு உதாரணம்.

காரண காரியத்தொடர்பின்றி படைப்பாற்றலைப் பயன்படுத்தி பிரச்சனைகளை தீர்க்கவும் இலக்குகளை அடையவும் முற்படும் ரோது இச்சொல் அங்கு வந்தமரும். இது அறிவார்த்த தளத்தில் அல்லாமல் பிரக்ஞையின் ஆழ்தளத்தில் இயங்கும் செயல்பாட்டைக் குறிப்பது. அதனால் வெறுமனே தற்செயலானதல்ல, ‘அர்த்த பூர்வமான தற்செயல் நிகழ்வு’ இந்தச் சொல்லை விரிவாக விவாதிக்கின்ற நரம்பியல்துறை வல்லுனரும் ஆன்மிகச் சிந்தனையாருமான தீபக் சோப்ரா, இச்சொல் பொதிந்து வைத்துள்ள பொருட்களை தோண்டித் தோண்டி எடுக்கிறார். “மிகப்பெரும் தலைவர்கள் நன்விலியிலிருந்து திரட்டிக் கொள்ளும் மர்மமான உட்ொருள். கணிக்கப்பட்ட விளைவையும் தாண்டி ஒரு தலைவனை இட்டுச் செல்லும் அம்சம் - நல்வாய்ப்பையும் உருவாக்கிக் கொள்ள வல்லது. ஆன்மிக ரீதியில் சொல்வதானால், எந்தத் தேவையினையும் ஆன்மாவிலிருந்து கிடைக்கும் பதிலுடன் பிணைத்திடும் அறுதித்திறன்.”

அறிவியல் தளத்தில் ஆன்மிக உணர்த்துதலையும் இணைத்து அர்த்தங்களைப் பெருக்கிக் கொண்டே போகிறார். தீபக் சோப்ரா. ஒரு சில வார்த்தைகளில் அர்த்தத்தை தந்துவீட முயலும் அகராதியியவாளன் என்ன செய்வான்?

இதற்கிடையே பெயரிட முடியாத பண்பு நலன் ஒன்றுள்ளது என்கிறார் இலக்கியவாதியும் விமானியுமான செந்த் - எக்சுபரி. “பெயரிட்டுச் சொல்ல முடியாத குணாதிசயம் ஒன்று இருக்கிறது. ‘தீவிர ஈடுபாடு’ என்று அதைச் சொல்லலாம். ஆனால், அந்தச் சொல் போதுமான அளவு திருப்தியளிப்பதாக இல்லை. ஏனென்றால், மகிழ்ச்சி ததும்பும் புன்முறுவலும் சேர்ந்து இந்தக் குணாதிசயத்தில் காணப்படலாம். மரத்தச்சன் ஒருனிடம் காணப்படும குணத்தைப் போன்றதே இது - தனக்கு முன்னால் இருக்கும் மரக்கட்டையைச் சரிசமமாகப் பாவித்து, அதைத் தடவிப்பார்த்து, அளவுகளை எடுத்து, எவ்விதத்திலும் அதை அலட்சியத்துடன் கருதாமல் தன்னுடைய திறமைகள் அனைத்தையும் ஒருங்கிணைத்துச் செயல்படும் மரத்தச்சன்.”

இலக்கியவாதியாலே ‘இதுதான்’ என்பதாக நிர்ணயித்து, ஒரு பெயரிட முடியாத பண்பு இருக்கையில் அகராதியாளன் என்ன செய்ய முடியும் - பெயரிட்ட பின்புதானே அர்த்தம் கற்பிக்க இயலும்...

விவாகரத்து பெற்ற, காதலனுடனும் சேர்ந்து வாழ முடியாது விரக்தியுற்று நீண்ட பயணம் மேற்கொள்ளும் அமெரிக்கப் பத்திரிகையாளரும் எழுத்தாளருமான **எலிஸபத் கில்பர்ட்** முதலில் இத்தாலிக்கு வந்து, இடங்களைச் சுற்றிப் பார்ப்பதும், இத்தாலி மொழி கற்றுக் கொள்வதுமாக இருக்கிறார். இத்தாலிய நாட்டவருடன் ஆங்கிலத்தின் வழக்குச் சொற்கள், மரபுத் தொடர்கள் பற்றிப் பேசிக் கொண்டிக்கையில், “I’ve been there என்னும் தொடரைக் குறிப்பிட்டு, ஆழ்ந்த வருத்தம், சமயங்களில் அநேகமாக குறிப்பிட்ட இடமாக, காலத்தின் வரைபடத்தின் மீதான ஒருங்கிணைப்பாக இருக்கும். வேதனையின் அவ்வனத்திற்குள் நின்று கொண்டிருக்கும் போது, இன்னும் மேலான இடத்தை அடைவதற்கான பாதையை கண்டறிய இயலுமென்று கற்பனை செய்ய இயலாது.” என்று விளக்குகிறார்.

கவலை என்பது ஓரிடத்தை ஒத்ததாக ஆகிவிட, சிலர் அங்கே ஆண்டுக்கணக்கில் வாழ்கின்றனர் என்று அவ்விவாதம் போய்க் கொண்டிருக்கும்.

அடுத்து இந்தியாவுக்கு வந்து தியானம், பிரார்த்தனை, தத்துவம், ஆன்மிகம் என்று பரிச்சயம் பெற்றபின் எலிஸபெத்திற்கு ஒன்று தெளிவாகிறது.

நம் கவலைகளுக்கும் ஆனந்தங்களுக்கும் அடிப்படை வார்த்தைகளே. வார்த்தைகள் இவ்வாறு போனால் கவலைகள் இல்லை, அது போன்றே ஆனந்தங்களும். அதாவது கவலைகள் - ஆனந்தங்களுக்கு அப்பாற்பட்ட நிலை சாத்தியப்படும். “நம் அனுவத்தை வரையறுக்க சொற்களை உருவாக்குகிறோம், அச்சொற்கள் அது தொடர்பான உணர்ச்சிகளைக் கொண்டு வந்து, அவை நாய்களைப் போல நம்மைச் சுற்றி வருகின்றன. நமது மந்திரங்களாலேயே மயக்க நிலைக்கு ஆட்பட்டு (நான் தோற்றுள்ளேன்... நான் தனித்திருக்கிறேன்... நான் தோற்றுள்ளேன்... நான் தனித்திருக்கிறேன்) அவற்றுக்கு நினைவுச் சின்னங்களாகிறோம். சிறிது நேரம் பேசுவதை நிறுத்துவது, சொற்களின் சக்தியை களைந்து எறிகின்ற, சொற்களுடன் நாம் மூழ்கிப் போவதைத் தடுத்திடும், நம்மை மூச்சுமுட்ட வைக்கும் மந்திரங்களிலிருந்து நம்மை விடுவித்துக் கொள்ளும் முயற்சியே”

சொல்லுக்கான அர்த்தம் ஆண்களைப் பொறுத்தும் பெண்களைப் பொறுத்தும் வேறுபடுவதை டயன் அக்கர்மென் எடுத்துக் காட்டுகிறார்.

“... ஏனென்றால் அவர்களுடைய உடல்கள் மாறுபட்ட எஞ்சி வாழும் மொழிகளைப் பேசுகின்றன. சிலவார்த்தைகள் ஒரே மாதிரியாக இருக்கலாம். ஆனால் அவற்றின் பொருள் வேறு படலாம். ஒவ்வொரு பாலினமும் தனக்கெனச் சில வழூவுச் சொற்களைப் பெற்றிருக்கிறது. சிலநேரம் அவற்றின் இலக்கணம் மாறுபட்டதாய் இருக்கலாம். டி போரா டேனன் கூறியிருப்து போல, ஆண்களும் பெண்களும் ஒரே வாக்கியத்தைப் பேசும் போது கூட, அவர்கள் முற்றிலும் வேறு பட்ட பொருளை அதன் மூலம் குறிப்பிடுகிறார்கள்...”

சொல்லுக்கு துல்லியமான பொருளை கண்டறிய முற்பட்டோம்; அதிகபட்ச பொருளை கற்பித்துப் பார்த்தோம்;

சொல்லால் பெயரிட முடியாத புள்ளியைக் கண்டோம்; சொற்களற்ற நிலைக்குச் சென்றால் இன்னும் நல்லது என்று உணர்ந்தோம். அப்போது சொல்லுக்கான அர்த்தம் தேடும் கவலையும் இல்லாது போகும்....

ஆதாரங்கள்

1. Can a Leader Possibly Make His own Luck / Deepak chopra / The Times of India, Tiruchi Edition, December 18, 2018.

2. சொல்வேட்டை / நீதியரசர் வெ. இராமசுப்பிரமணியன் / நர்மதா வெளியீடு, 2015

3. சொல்லலை வேட்டுவன் / பா.ரா. சுப்பிரமணியன் / கயல்கவின், 2009.

4. Eat, pray, Love / Elizabeth Gilbert / Penguin Books, 2006

5. காற்று, மணல், நட்சத்ரிங்கள் / அந்த்வான் து செந்த்வான் - க்சுபரி / க்ரியா, 2017.

6. காதல் வரலாறு / டயன் அக்கர்மென் / தமிழில் ச. சரவணன் (பக். 284) - சந்தியா வெளியீடு. 2016.

19. சொல்லின் பின்னுள்ள மனம் ஆண்டின் பின்னுள்ள சொல்

ஆங்கில மொழியில் ஆண்டுதோறும் அந்த ஆண்டின் சொல் எது எனக் கண்டறிந்து தெரிவிப்பது ஒரு வழமையாக உள்ளது. அகராதி நிறுவனங்கள் இதனை மேற்கொண்டு வருகின்றன. மெரியம் - வெப்ஸடரில் Justice, ஆக்ஸ்போர்டில் toxic, Dictionary.com இல் Misinformation, கேம்ப்ரிட்ஜில் nomophobia என்பன 2018ஆம் ஆண்டின் சொற்களாக தெரிவு செய்யப்பட்டுள்ளன.

மெரியம் - வெப்ஸடரில் பட்டியலிடப்பட்ட 25 சொற்களில் முதலாவதாக வந்திருப்பது justice. பல காரணங்களுக்காக பலரது மனங்களில் இந்த வார்த்தை இருந்து வந்திருக்க வேண்டும் என்கிறார் இவ்வகராதியின் பதிப்பாசிரியர் பீட்டர் சோகோலோவ்ஸ்கி. இந்த ஆண்டில் சமூகநீதி, இனநீதி, குற்றவியல் நீதி தொடர்பான பல விஷயங்களில் இச்சொல் புழங்கி மக்கள் மனங்களில் படிந்திருக்கலாம். மேலும் அகராதியைப் பார்ப்பது அறியாமையால் அல்ல, குறுகுறுப்பால் தான் என்கிறார் அவர்.

இன்னொரு சுவையான வரலாறும் இந்த வார்த்தைக்கு உண்டு. பிரிட்டனை நார்மேனியர்கள் வெற்றி கொண்டு, தம் சட்டத்துறை அ மைப்பை நடைமுறைக்குக் கொண்டு வந்தபோது, பிரெஞ்சிலிருந்து ஆங்கிலத்தற்கு வந்த சொல் justice. அதுவரையிலும் ஆங்கிலத்தில் இருந்த சொற்கள் law, fair, right என்பனவே. அப்படியானால், திருத்துகின்ற சரி செய்கின்ற நீதியமைப்பு / பிரிவு என்பது இல்லாதிருந்தது என்பதுதான் பொருள்.

இப்போது 2018 ஆண்டின் சொல்லாக அது தேர்வாகி யிருப்பது, நீதி ஆங்கில மொழியில் இடம்பெற்று விட்டாலும், சமூகத்தில், இன உறவுகளில் குற்றவியல் நடைமுறைகளில் இல்லை என்ற கவலையை உணர்த்துவதாகத்தான் இருக்க வேண்டும் என் அது எதிர்மறைப் பொருளையே குறிப்பதாக எடுத்துக் கொள்ளப்பட வேண்டும்? இந்த ஆண்டின் இதர சொற்களாகத் தெரிவு செய்யப்பட்டுள்ள toxic, misinformation, nomophobia என்பனவும் எதிர்மறைப் பெருளுடையனவே!

கேம்ப்ரிட்ஜ் அகராதியில் தேர்வாகியுள்ள nomophobia ஒரு புதுச்சொல்லாக்கம். No-mobile phone - phobia என்னும் மூன்று சொற்களின் சேர்க்கையிலிருந்து உருவானது. அலைபேசி இல்லையெனில், அலைபேசியை பயன்படுத்த முடியாதபோது ஏற்படும் கவலை / பயத்தைக் குறிப்பது.

இந்த அகராதித் தேர்வுகள் எதைச் சுட்டிக் காட்டுகின்றன? 2018 ஒரு நபர் எனில், அது சஞ்சலப்பட்ட புத்தாயிரம் நபராக இருந்திருக்க வேண்டும் என்கிறார் சோகோலோவ்ஸ்கி.

வார்த்தைகளைக் கொண்ட நபர்களை / ஆளுமைகளை அடையாளங்கண்டு கொள்ள முடியும் என்பதற்கு இலக்கியம் சாட்சியமாக இருக்கிறது. ஹங்கேரி எழுத்தாளர் மக்தா ஷாபோவின் The Door நாவலில் இதனைப் பார்க்கலாம். ஆயுளெல்லாம் தன் வாழ்வை ரகசியமாகப் பேணி வந்து ஒரு கட்டத்தில் அந்த ரகசியம் வெளியாகிவிட, முடமாக்கப்பட்டுள்ள நிலையில் ஒரு வேலைக்காரி, அவளுக்கு நெருக்கமாக இருந்து வரும் ஒரு காவல்துறை அலுவலர். இவ்விரு பாத்திரங்களையும் அவர்கள் அதிகம் புழங்குகின்ற அல்லது அவர்கள் மனங்களில் அதிகம் இடம்பெற்றுள்ள சொற்களை வைத்து பிரித்துக் காட்டுகிறார்.

“வேறுபட்ட நாணயங்களில் பரிவர்த்தனை செய்கிறோம். எமரென்ஸின் (வேலைக்காரி) அகராதி filth, scene, scandal, laughigng stock of the street மற்றும் shame - ஆகியவற்றைக் கொண்டிருந்தது. அவரது (காவல்துறை அலுவலர்) law, order, solutions solidarity, effective measures என்பவற்றைக்

கொண்டிருந்தது. இரண்டுமே துல்லியமானவை, அவை வெவ்வேறு மொழிகளிலிருந்தது தான் வித்தியாசம்"

இருவேறு மொழிகள் பேசுவோர் எப்படி ஒருவரை யொருவர் புரிந்து கொள்வது? ஆக புரிதல் இல்லாது போகிறது. வெறுப்பு, பீதி நிலவுகிறது. எதிர்மறை எண்ணங்கள் மேலோங்க, எதிர்மறைச் சொற்கள் மனங்களில் தங்கிநிற்கின்றன எனலாமா?

ஆதாரங்கள்

1. The Times of India, Dec. 30, 2018 & Jan 1, 2018
2. The Door / Magda Szabo / tr by Len Rix / New York Review of Books, 1987.

20. இப்போதைய தேவை இலக்கியமே, தத்துவமல்ல

அரசியல், பொருளாதாரம், சமூகவியல், கலை - இலக்கியம் போன்ற மானுட அக்கறை சார்ந்த துறைகளில் உயரிய இடத்தில் வைக்கப்பட்டு வந்துள்ளது தத்துவம். அந்த உயரிய இடத்திலிருந்து அதனைக் கீழிறக்க வேண்டிய தருணம் வந்திருக்கிறது. அதனிடத்தில் எதனை இருத்துவது? சந்தேகமே இல்லை, இலக்கியத்தைத் தான்.

ஏன்?

மனித வாழ்வில் அர்த்தத்தைக் கண்டடைவதாக அல்லது வாழ்வின் நோக்கத்தைக் கண்டறிவதாக தத்துவம் இருந்து வந்துள்ளது. ஏன் - எதற்கு என்னும் கேள்விகளை சதா வினவிவந்து கொண்டிருக்கிறது. தர்க்கத்தின் துணை கொண்டு நிறைய விஷயங்களை, கருத்தாக்கங்களை விவாதித்து வந்திருக்கிறது.

உன்னை அறிந்து கொள்வதுதான் மனித வாழ்வின் சாரம். பேரண்டத்தின் நுண்ணலகுதான் மனிதன். வாழ்க்கைக்கு இயற்கையில் அர்த்தம் ஒன்றுமில்லை, மனிதன்தான் ஒரு நோக்கத்தைக் கற்பித்து, அர்த்தமுள்ளதாக்க வேண்டும். இயற்கையின் / பேராற்றலின் நிலையை அடைய வேண்டும் என.

இவ்வாசகங்களில் ஆன்மிகம் சார்ந்தவை கிழக்கு நாடுகளினுடையவை, மற்றவை மேற்கு நாடுகளினுடையவை என்று அடையாளங்காண்பதில் பிரச்சனையிருக்காது.

சா. தேவதாஸ்

ஓர் அடிப்படை உண்மையை அடைந்ததும், அதற்கான கருத்தமைவுகளில் முரண்களை நிரடல்களை விலக்கிவிட்டு, ஒரு சீரானதாக ஒரு புள்ளியில் குவிமையம் கொள்வதாக ஒரு தத்துவம் உருக்கொள்ளும். பின் சித்தாந்தம் ஆகிவிடும் அப்புறம் மாறுதலோ பேதங்களோ ஏற்பட வழியில்லை.

ஆனால் இலக்கியம் அப்படியில்லை. இலக்கியத்தின் அடிப்படையே அப்போதைய சிக்கல்களை / முரண்களை துல்லியமாக உக்கிரமாக பதிந்து விடுவதுதான். நேர்எதிரான கருத்து மோதல்களிலிருந்து பல்வேறான கருத்துகள் வரை விவரித்து விட்டு, சாரமாக ஒரு சிந்தனைப் போக்கை வற்புறுத்திவிட வேண்டும் எனச் சில எழுத்தாளர்களுக்கு உத்தேசம் இருக்கலாம். ஆனால், எழுத்தின் நிகழ்வுப் போக்கில், நனவு மனம் - நனவிலிமனப் பங்கேற்பில், அது ஈடேறிவிடாது.

எனவேதான், அதுவரையிலான சிந்தனைப் போக்கை விவாதிப்பதாயினும் அப்போதைய சிந்தனைப் போக்கை அலசி ஆராய்வதாயினும் இலக்கியவாதி தட்டையான / ஒரு சார்பான பக்கத்தை மட்டும் காண்பதில்லை. மறுபக்கத்தையும் தவறாது கண்டு விடுவான். தன் சார்பு ஒரு பக்கமாக சாய்வு கொள்ளினும், அப்படியே அவன் இருந்து விட அவன் நனவிலிமனம் அனுமதிக்காது. அவனையும் மீறி எழுதவைக்கும். இந்த வாய்ப்பும் சாதகமும் தத்துவவாதிக்கில்லை. அவன் அணுகுவது தர்க்கத்தின் துணை கொண்டு அறிவுத் தளத்தில். நனவு மனமே அங்கு தீர்மானிக்கும்.

தத்துவவாதியும் பிரச்சனைகளைப் பரிசீலிக்கிறான்; முரண்களைப் பார்க்கிறான்; விவாதிக்கிறான். ஆனால் அவன் ஓர் அடிப்படை உண்மையை வந்தடைவதை நோக்கமாகக் கொண்டிருக்கிறான். அப்போது அந்நிகழ்வுப் போக்கில் அப்புள்ளியிலிருந்து மாறுபடுபவை, அவ்வண்ணத்தின் சாயைகள் வேறுபடும் காட்சிகளெல்லாம் விலக்கப்பட்டு விடுகின்றன.

"நடைமுறை நோக்கங்களுக்குச் சிந்தனை நன்மை செய்கிறது. அது இருத்தலியல் பிரச்சனைகளைத் தீர்ப்பதில்லை. மறுபுறத்தே,

மனதில் மயக்கத்தையும் குழப்பத்தையும் ஏற்படுத்த, நிஜத்தை நேரடியாக அறிந்து கொள்வதை இருண்மைப்படுத்துகிறது. தனிப்பட்ட அகம் சிந்தனையில் எழுந்து, சிந்தனையாளன் என்னும் மாயப்பிம்பத்தை உருவாக்குகிறது. தனிப்பட்ட அகத்தின் உள்ளார்ந்த உலகம், பிரக்ஞையைக் கைப்பற்றி, இருத்தலின் சுதந்திரமான நீரோடையினுள்ளே சுழல்போலச் சுற்றச் செய்கிறது...”

ஆனால் “தொன்மையான மானுடச்சிந்தனை, கதைகளின் வழியே நடந்தது - உண்மை விபரங்கள் எண்களின் ரீதியில் அல்ல. மானுட நிலைமையிலிருந்து விடுபடலாக, பொழுதுபோக்காக, அறிதல் முறையை மேம்படுத்துவதாக, உங்களையும் உங்கள் பிள்ளைகளையும் தூங்க வைப்பதற்கான சீரிய வழிமுறையாகவும் கூட இருந்திருப்பதால் கதைகளைக் கொண்டாடலாம்...”

அத்துடன் “ஒருவரது தனிப்பட்ட கதை, நாளடைவில் புதிய அனுபவங்களாலும் வேறு பல விதங்களில் அவர் வளர்வதாலும் மாறுதலடைய முடியும், மாறியாக வேண்டும்.... நம் கதைகள் நம் வெளிமையை, நம் வரலாற்றின் துண்டு துணுக்குகளை, நம் வாழ்வுக்கு உருக்கொடுத்து ஆற்றளித்திடும் பிள்ளைகளை வளர்க்கும் முறையை, குடும்ப அனுபவங்களை, நண்பர்களை, தாக்கங்களைக் கண்டறிந்திடத் துணைபுரிகின்றன. எதிர்காலத்தை நோக்கி நம்மை உந்தித்தள்ளுகின்றன...”

மாற்றம் நிகழ வேண்டுமென்றால் மனிதனிடத்தே அகமாறுதல் தேவை இல்லை, புறத்தில் நிகழ வேண்டும். என்பதாக.

இந்த பரிசீலனைகளும் சிந்தனைகளும் நமக்கு உணர்த்துபவை, ஒற்றை உண்மை என ஒன்று இல்லை என்பதையே. அதுவே தத்துவத்தின் தோல்வியுமாகிறது.

இந்த ஒற்றைப் புள்ளியை எட்டும் முனைப்பு இலக்கிய வாதிக்கு இல்லை. மனிதனின் தவிப்பை சமூகத்தின் கொந்தளிப்பை அதிகாரத்தின் ஒடுக்கு முறையை பால்வீதியின் பரவசத்தை யெல்லாம் வாசகனிடத்தே கடத்திட வேண்டும். தான் சொல்வதில்

ஒன்றுக்கொன்று முரணானவை இருக்கலாம். பேதங்கள் இருக்கலாம். அவை உண்மையாயிருக்க வேண்டும் என்பதே அவனது அவசமும் அக்கறையும்.

ஓர் உண்மையை வற்புறுத்தும் நோக்கத்தை கொண்டிருந்த தத்துவவாதிகளுள் ஒருவரான அரிஸ்டாடில் அடிமை முறையை நியாயப்படுத்தினார். மார்ட்டின் ஹைடெக்கர் நாஜிகளை ஆதரித்தார். அதிமனிதன் தத்துவத்தைப் பேசிய நீட்ஷேயை ஃபாசிஸஸம் துணைக்கழைத்துக் கொண்டது.

மதம் சார்ந்த தத்துவங்களிலும் கிறித்தவம் யூதரைப் பழிக்கிறது; இஸ்லாம் பெண்களை அடிமைப்படுத்தி வைக்கிறது; இந்துமதம் சாதியொடுக்கு முறையைப் பெற்றிருக்கிறது.

தனது மானுட அக்கறை, ஜேன் ஆஸ்டின், ஸ்விப்ட் என்னும் இலக்கியவாதிகளிடமிருந்து - pride and prijudice, Gulliver's Travels களிலிருந்து பிறந்தது என்று கூறும் வெரியர் எல்வின், கிறித்தவத் திலிருந்து இந்துமதத்தை தழுவுகிறார். இந்து மதத்திலிருந்து பௌத்தத்தை மேற்கொள்கிறார். அதனின்றும் விலகியிருப்பார் - இன்னும் வாழ்ந்திருந்தால்...

அகதிவாழ்வின் வலிகளை அவமானங்களை அதிகாரத்தின் அசிங்கமான கோரமான முகத்தை வெளியிட, தனக்கு பத்திரிகையாளின் மொழி போதவிலலை, இலக்கியவாதியின் மொழி அவசியம் என்று கவிதை - உரைநடை இணைந்ததாக No Friend But the Mountains நாவலை எழுதுகிறார் ஈரானின் குத்துர் இனப்போராளியும் இலக்கிய வாதியுமான பேராஸ் பூச்சாணி.

தாஸ்தோயெவ்ஸ்கியின் 'கரமசோவ் சகோதரர்கள்' நாவலில் ஓரிடம். ஜோஸிமா என்னும் ஞானி மடாதிபதியாக, நம்பிக்கையின் அடையாளமாக சீலத்தின் படிவமாக இருந்து வந்தர். இறந்து விடுகிறார். இறந்த மாத்திரத்தில் உடல் நாறத் தொடங்குகிறது. இவ்வளவுக்கும் எலும்பும் தோலுமான பூஞ்சை உடல். பலருக்கு வியப்பாக இருக்கிறது. புனித ஞானியர் இறந்து விட்டால் பூக்களின் வாசனை என அதுவரையிலும் அவர்களுக்குச் சொல்லப் பட்டிருந்தது. அற்புதங்களில் நம்பிக்கையில்லாத ஜோஸிமா பாவ

மன்னிப்பு என்னும் சடங்கினைப் பழித்து வந்தவர். அற்புதங்களைச் சொல்லி, பாதிரியார்களிடம் பாவத்தை மன்னிக்கும் அருள் உள்ளது என்று வற்புறுத்தி, மக்களை தேவாலயத்தின் பால் ஈர்த்திடும் பாதிரியார்களுக்கும் மற்றவர்களுக்கும் சந்தோஷமாயுள்ளது. ஜோஸிமாவை ஏன் ஞானியாகக் கருதவேண்டும் என்று ஏற்கனவே கேட்க விரும்பியிருந்தவர்கள் இவர்கள்.

'சாதாரண பாவியின் உடல்கூட அவ்வளவு சீக்கிரத்தில் நாறுவதில்லை. இது இயற்கை விதிகளுக்கும் முரண்பட்டது. கடவுள் நம்மை எச்சரிக்க விரும்புகிறார். கடவுளின் தீர்ப்பு மனிதனின் தீர்ப்பிலிருந்து வேறுபடும். இது விண்ணகத்திலிருந்து வரும் தனிச்சிறப்பான சமிக்ஞை. ஜோஸிமா, வாழ்க்கை மாபெரும் ஆனந்தம், கண்ணீர் மல்கிய ஒடுங்குதல் அல்ல என்று போதித்தார். அவரது போதனைகள் பொய்யானவை. அவர் சரிவர நோன்பிருக்காதவர்' என்ற ரீதியில் அவதூறு செய்கின்றனர்.

ஜோஸிமாவைத் தவிர வேறெந்த லட்சியமும் இல்லை. அவரைப் பின்பற்றுவதும் அன்பை "ஒவ்வொருவரிடத்தேயும் ஒவ்வொன்றிடத்தேயும்" நீட்சி கொள்ளச் செய்வதும் தான் அவசியமானது என்று கருதி வந்த அல்யோஷா நிலைகுலைந்து போய்விடுகிறான் இந்நடப்புகளைக் கண்டு. ஏனெனில் உயரிய மேலான ஒருவரின் இறப்புக்குப் பின் 'மேலான நீதி' நிலவும் என்று எதிர்பார்த்திருந்தவன்.

உயரிய அன்பை வற்புறுத்திய கிறித்தவத்தில் நாளடைவில், அற்புதங்களில் மயங்கவைப்பதும் பாவ மன்னிப்பு என்றும் 'உடனடி' நிவாரணங்களால் பாதிரியார்கள் தம் செல்வாக்கைப் பெருக்கிக் கொள்வதும் நிகழ்ந்து வருகின்றன. போலித்தனம் எழுகின்றது. கிறித்துவின் இடத்தில் பாதிரியார் போப் அமர்ந்து விடுகிறார். விளைவு - நம்பிக்கை மிகுந்திருப்பவன் ஊசலாட்டம் கொள்கிறான், விரக்தியடைகிறான்.

நாறுகின்ற உடலைக் கொண்டிருப்பவரே ஜோஸிமா. ஆனால் நம்பிக்கையில் உறுதியானவர். அவருக்கு 'உடனடி' நிவாரணங்களில் ஈடுபாடில்லை. அவரால் உருவானவனே தேவதைக்கு நிகரான அல்யோஷா...

என்றெல்லாம் தத்துவவாதியால் பேச முடியாது. இலக்கியவாதியால் தான் முடியும். தன் இறுதிக்காலத்தில் தத்துவம் பேசத் தொடங்கிய டால்ஸ்டாய், அதுவரையிலான தன் தலைசிறந்த **அன்னா கரீனா, போரும் வாழ்வும், புத்துயிர்ப்பு** உள்ளிட்ட எழுத்துக்களையெல்லாம் நிராகரித்தார். ஆனால் வாசகர்கள் டால்ஸ்டாயை இலக்கியவாதியாக ஏற்றார் களோயாழிய, தத்துவவாதியக அல்ல...

ஆதாரங்கள்

1. The Brothers Karamazov / Fyodor Dostovsky / Tr By / Andrew H. Mac Andrew / Bantam Books.

2. ro think like a philosopher / K S Karunaratne - The Hindu, August 6, 2017.

3. Philosophy for Progress / Samar / The Hindu, May 30, 2016.

4. How to use your Personal Narrative to power your life / Vinita Dawra / TOI, February 3, 2019.

5. Thinking in stories / Tabish Khare / The Hindu, January 4, 2017.

6. Thoughts and Thinking in Mystic Minds / Ali Ansari / TOI, December 10, 2015.

21. தஸ்லிமா நஸ்ரீன்

1993 லிருந்து தொடர்ந்து ஊடகங்களால் பரபரப்புக் குள்ளாக்கப்படும் பெயர் **தஸ்லிமா நஸ்ரீன்** *(1962). எழுத்தின் வலிமையாலும் ஆற்றலாலும் அடிப்படைவாதிகள் சீண்டப்பட்டதால், பரபரப்புக்குள்ளானவர் சல்மான் ரஷ்டி. எழுத்து வலிமை / இலக்கிய மதிப்பு இல்லாமலேயே ஊடகங்களால் பிரபலமாக்கப் பட்டு, பின் பிரபலத்தைத் தக்க வைத்துக் கொள்ள, சர்ச்சைகளை வளர்த்து வருபவராகவே தஸ்லிமா இருந்து வருகிறார். அவர் உருவாக்கும் பிரச்சனைகளுக்கு இணையாக சூழல் உருவாக்கும் பிரச்சனைகள் இருந்து விடுவது தஸ்லிமாவுக்கு கூடுதல் பலமாகி விடுகிறது.*

அயோத்தியில் பாபர் மசூதி தகர்க்கப்பட்டதை யடுத்த 13 தினங்களில், வங்காள தேசத்தில் உள்ள இந்துக்குடும்பம் உள்ளாகும் வதைகள் பாடுகளை விவரிப்பதுதான் தஸ்லிமாவின் முதல் நாவல் **லஜ்ஜா.** *வங்காளதேச விடுதலைப் போராட்டத்தில் ஈடுபட்டு வரும், தன் குடும்பத்தைப் பொறுப்புடன் பராமரித்து வந்தவருமான* **சுதாமோயின்** *குடும்பமும் சுற்றிலுமுள்ள குடும்பங்கள் சிறு கடைகள் என்று இருப்பவையும் தாக்கப்பட்டு துன்பப்படுகின்றன.* **சுதாமோய்** *மனமுடைந்து போகிறார், குடும்பம் சிதைகிறது. ஒரு பெண்ணை வேறு வழியின்றி இஸ்லாமியருக்கு மணமுடிக்க நேர்கிறது. 10,000 குடும்பங்கள் வீடிழந்து தவிக்கின்றன. 13ஆம் நாள் குடும்பம் இந்தியா செல்ல தீர்மானிக்கிறது. வங்காளிப் பதிப்பு 5 மாதங்களில் 60,000 பிரதிகள் விற்றுத் தீர்கின்றது. பரபரப்பாகி விடுகிறது. அரசாங்கம் தடை செய்கிறது. 7000 இஸ்லாமியர் நீண்ட அணிவகுப்பு மேற்கொள்கின்றனர். வேலை நிறுத்தம் நடக்கிறது.*

ஆங்கில மொழிபெயர்ப்பினை **பெங்குவின்** கொண்டு வருகிறது. மொழிபெயர்ப்பாளர் **தூதுல் குப்தா**, ஆறு அத்தியாங்கள் உள்ள **லஜ்ஜாவை**, 13 அத்தியாயங்களுடன் விளக்கங்கள் சேர்த்து, தன் சசாமர்த்தியத்தையும் புகுத்தி ஆங்கிலத்தில் கொண்டு வந்தார்.

பாபர் மசூதியைத் தகர்த்த இந்துத்துவா அமைப்புகளுக்கு இந்நாவல் சாதகமாக இருக்கவே, இந்நாவலை முன்னெடுத்துச் செல்வதில் ஆர்வம் கொண்டன. ஒவ்வொரு வாசகனும் இதைப் படித்தாக வேண்டும் என்னும் நிர்ப்பந்தத்தை உருவாக்கி விட்டன.

தொடர்ந்து பிரச்சனை பூதாகரமாகிறது. ஏற்கனவே வங்காளி தினசரிகளில் / இதழ்களில் பெண்விடுதலை சார்ந்து எழுதி வந்த, கவிதைகள் எழுதி வந்த தஸ்லிமா, இப்போது அடிப்படை வாத இஸ்லாமியர்களுக்கு எதிராகக் குரல் கொடுக்கத் தொடங்குகிறார். ஆணுக்குள்ள தலாக் உரிமை பெண்ணுக்கு வேண்டும், புர்கா அணிவதை பெண்கள் ஒழிக்க வேண்டும், மசூதிக்குள் பெண்கள் அனுமதிக்கப்பட வேண்டும், ஷரியத் நெறிமுறைகள் காலாவதியானவை, குரான் திருத்தி எழுதப்பட வேண்டும் என.

இதனால், இஸ்லாமிய அடிப்படைவாதிகள் அவர் தலைக்கு விலைவைக்கின்றனர். ரகசியமாக வாழ நேரிடும் தஸ்ரீன், வங்காள தேசத்திலிருந்து நழுவிச் சென்று ஸ்வீடனில் தங்கி, அந்நாட்டு குடியுரிமை பெற்று விடுகிறார். தொடர்ந்து தன் சுயசரிதத் தொகுதிகளை எழுதி வருகிறார். கல்கத்தா புத்தக சந்தையில் அவற்றின் வெளியீட்டுககு அனுமதி மறுக்கப்பட்டால், தாக்கா புத்தக சந்தையில் ஒரே நாளில் 1000 பிரதிகள் விற்றுத் தீர்கின்றன. இப்போதைய பரபரப்பின் பின் புலத்தில் இருந்தது அவரின் அந்தரங்க வாழ்க்கை விவரங்கள். தன்னுடன் பழகியவர்கள், நெருக்கமாயிருந்தவர்கள், காதலர்கள், கணவர்கள் குறித்த அவதூறுகள். இந்த ரீதியில் 4 தொகுதிகளுக்கு மேல் வெளியாகின்றன.

இந்நிலையில் அவரது நிகழ்ச்சிக்கு ஹைதராபாத்தில் ஏற்பாடு செய்யப்பட, மூன்று இஸ்லாமிய சட்ட மன்ற உறுப்பினர்கள் உள்ளிட்ட கும்பல், மேடையில் ஏறி தாக்குதல் நடத்தி ரகளை

செய்தது. உயிர் தப்பினால் போதும் என்ற நிலை தஸ்லிமாவுக்கு தஸ்லிமாவின் கட்டுரை ஒன்றின் கன்னட மொழிபெயர்ப்பை சற்று விஷமத்துடன் 'கன்னட பிரபா' தினசரி வெளியிட, அங்கு ஏற்பட்ட கலவரத்தில் இருவர் பலியாகினர்.

II

தஸ்லிமாவின் சீற்றமும் ஆவேசமும் எங்கிருந்து தொடங்கின என்று பார்த்தால், தஸ்லிமா என்னும் நிகழ்வினைப் புரிந்து கொள்ள தடயங்கள் கிடைக்கலாம். இஸ்லாமிய நடுத்தரக் குடும்பத்தில், ஒரு மருத்துவரின் மகளாகப் பிறந்தவர் தஸ்லிமா. அவர் குழந்தையா யிருந்தபோதே இரு மாமாக்களால் இழிவுக்குள்ளாக்கப் பட்டுள்ளார். இவர்களே, 2002 இல் **ஆசிய சமூகக்கூட்டம்** நியூயார்க்கில் நடந்த போது, தஸ்லிமாவின் மரணத்தை முன்னெடுத்துள்ளனர்.

அடுத்து மருத்துவராகி மகப்பேறு மருத்துவம் பார்த்து வருகிறார் தாக்கா மருத்துவக் கல்லூரி மருத்துவமனையில். பெண்கள் படும் அல்லாடல்கள், அவமானங்கள், பரிதாப நிலைகள் அவரின் கவனத்துக்கு வருகின்றன. அவரது வீட்டில் வேலைக் காரியாக இருந்து வந்த பெண்ணுக்கு பெயரே இடப்படாதது ஆச்சரியப்படுத்துகிறது / திகைக்க வைக்கிறது. வீட்டுக்கு வெளியே செல்லாமல், எந்தவித அடையாள அட்டையும் பெறாமல், ஆயுளெல்லாம் அவள் என்றே அழைக்கப்பட்டு வந்த, அவ்வேலைக்காரிக்கு பெயர் தேவைப்படாது போயுள்ளது.

இவையெல்லாம் சேர்ந்து ஆணாதிக்கத்தற்கு எதிராயும் மனித உரிமை சார்ந்தும் அவரை தொடர்ந்து எழுதவும் இயங்கவும் வைக்கின்றன. அரசாங்கம் அவரை எட்டாவது ஆண்டில் மருத்துவர் பொறுப்பிலிருந்து வெளியேற்றுகிறது.

முழுநேர எழுத்தாளராக / செயல்பாட்டாளராக இயங்கத் தொடங்கும் தஸ்லிமாவின் வெளிப்பாட்டில் கடுமை கூடுகிறது. சீண்டிவிடுவதாகிறது, எதிர்ப்பை வரவழைக்கிறது.

தன்னுடன் நெருக்கமாயிருந்த ஆண்களை அவர் அம்பலப்படுத்தும் இடங்கள், பாலுறவுக் கவர்ச்சியும் தூண்டலும் கொண்டு விடுகின்றன.

பிபிஸிக்கு நேர்முகம் அளிக்கையில் கால்மேல் கால் போட்டபடி, புகைத்தவாறு குரானைப் புரட்டிக் கொண்டு அடிப்படைவாதம் பற்றிப் பேசுகிறார்.

III

உடனே விருதுகள் குவிகின்றன. 1992இல் கல்கத்தாவில் **ஆனந்த புரஸ்கார் விருது**; 1994 இல் ஸ்வீடனின் **Pen club விருது**; அதே ஆண்டில் பிரான்ஸின் **Edit de Nantes விருது**; 1995 இல் பிரெஞ்சு அரசாங்கத்தின் **மனித உரிமை விருது**; அதே ஆண்டில் அய்ரோப்பிய பாராளுமன்றத்தின் **சுதந்திரச் சிந்தனை விருது**; அதே ஆண்ல் **உப்ஸாலா பல்கலைக்கழ விருது**; 1996இல் **சர்வதேச மனிதாய - அறநெறி ஒன்றியத்தின் விருது**.

'கிழக்குலக இஸ்லாம் குறித்து அய்ரோப்பா என்ன கருதியிருந்ததோ அதனை தஸ்லிமா உறுதிப் படுத்தியதால் புகழும் பெருமையும் சேருகின்றன' என்று கருதுகிறார் AP செய்திப்பிரிவின் **ஃபரீத் ஹூஸ்ஸைன்**.

III

ஓர் இலக்கியவாதியாகப் போராடும் தஸ்லிமாவுக்கு பெயரும் அங்கீகாரமும் செல்வாக்கும் சர்வதேச அளவில் கிடைப்பது பற்றி ஆட்சேபணையில்லை. ஆனால் வங்காள தேசத்தில் அவரை விடவும் சீரிய, தகுதியுள்ள இலக்கியவாதிகள் உள்ளனர். **சய்யத் சம்ஸூல் ஹக், ரஷீத் ஹைதா, அக்தருஜ்ஜாமன் இலியாஸ் மய்முத் உல் ஹக், செவீனா ஹோஸென், ரபேயா காதுன் என ஹூமாயுன் அஹ்மத், இம்தாதுல் ஹக் மிலன்** என வெற்றிகரமான எழுத்தாளர்களும்.

அரசியல் தளத்தில் பிரச்சனைக்குரியவராக ஆகி, அன்றாடம் பேசப்படுபவரகி விடுபவர். மதிக்க வேண்டிய இலக்கியவாதியாகி

விடுகிறார். அதுவும் இஸ்லாமிய அடிப்படை வாதத்தின் சீற்றத்திற்குள்ளாகி விடுபவராக அவர் இருந்தால், மேற்குலகம் அரவணைக்கத் தயாராக உள்ளது. புத்தக வெளியீட்டு நிறுவனங்கள் ஆதாயம் பார்க்க தீவிரமாக அவரை முன்னெடுத்துச் செல்கின்றன. ஊடகங்கள் அவரைப் பின்தொடர்ந்து சென்று கொண்டே இருக்கின்றன.

செவீனா ஹொஸ்ஸைன் போன்ற பெண் எழுத்தாளர்களே 'முரண்பாடுகள் நிறைந்தவர்' என தஸ்லிமா பற்றிக் குறிப்பிடு கின்றனர். "தஸ்லிமா அடிப்படையில் ஒரு கவிஞரே. மானுட வாழ்வு குறித்த கூரிய சித்தரிப்புள்ள நாவலை அவர் இன்னும் எழுதவில்லை. அவரது பத்திகள் சமூக மனத்தில் சலனங்களை ஏற்படுத்தியிருக்கலாம், ஆனால் அவை நிச்சயமாக இலக்கியம் இல்லை" என்கிறார் அவர் மேலும்.

தஸ்லிமா மீதான பரபரப்புக்கு அவரும் ஊடகமுமே காரணம் என்கிறார் **தாவூத் ஹைதர்**. வங்காள தேசத்திலிருந்து வெளியேறி, ஜெர்மன் குடியுரிமை பெற்று, அங்கு வானொலியில் பணியாற்றி வருபவர். தஸ்லிமாவால் / ஊடகத்தால் கணவர்களுள் ஒருவராக குறிப்பிடப்படும் இவர், அதனை முற்றிலுமாக நிராகரிக்கிறார். தஸ்லிமாவின் 'நிர்பசிடோ காலம்' சுகுமாரி பட்டாச்சாரியாவிடமிருந்து திருடப்பட்டது என்கிறார். 'லஜ்ஜா' கூட ஒரு கற்பனைப் படைப்பு என்பதை விடவும் ஓர் ஆவணப் பதிவுதான்.

உலகில் மிகவும் ஆபத்தானவர்கள் உலகிற்கு நன்மையளிப்பது எதுவென்று அறிந்துள்ளதாகக் கூறிக் கொள்பவர்கள என சல்மான் ரஷ்டி கூறுவது பற்றி தஸ்லிமாவின் அபிப்பிராயத்தை வினவும் பத்திரிகையாளர் **சாரா வியாட்டிற்கு** தஸ்லிமா தரும் பதில்

"ரஷ்டி அடிப்படைவாதிகளுக்கு அஞ்சுவதாகத் தோன்றுகிறது. மதத்தின் மீதான அமைப்பு நல்லதில்லை எனப்தை முழுமையாக ஏற்கிறேன். எனினும் எனது அக்கறைகள் அவருடையது போன்றதில்லை; அவரை விடவும் நான்

முன்னே சென்றுள்ளேன். ரஷ்டி, முகமது நபியின் தனிப்பட்ட வாழ்வை விவரித்துள்ளார்; எனது நோக்கம் இச்சமூகத்தை மாற்றி பெண்களுக்கான வாழ்வை மேம்படுத்துவதாகும்." இப்பதிலின் தொனி, ஓர் எழுத்தாளருடையதாகத் தோன்றவில்லை. மாபெரும் சீர்திருத்தகாரருடையதாக உள்ளது. மாபெரும் சீர்திருத்தக் காரர்களும் யாரையும் புண்படுத்தாமலேயே தம் நோக்கத்தை நிறைவேற்றி யுள்ளனர்.

"ஆற்றினருகேயுள்ள மைதானத்தில் ஓடிக் கொண்டிருப்பதாக அடிக்கடி கனவு காண்கிறேன். மைதானம் பரந்து விரிந்தது. முடிவற்றதாக. தனித்திருக்கிறேன். மற்றவர்கள் என்னுடன் ஓடிவரவேண்டும் என விரும்புகின்றேன். அப்புள்ளியில் என் நோக்கத்தைச் சாதித்திருப்பேன்." என்று கூறம் தஸ்லிமாவின் வாசகங்களை எப்படி விளங்கிக் கொள்வது?

பாகிஸ்தானின் அங்கமாக வங்காளதேசம் இருந்த போது இயங்கிய, சமயச் சார்பற்ற ஆளுமைகளும் சமூக அர்ப்பணிப்பு கொண்டிருந்த போராளிகளும் தஸ்லிமாவின் கண்களில் படவில்லை. ஒரேஒரு போராளியாக வங்காளதேசத்தை மீட்க வந்திருக்கும் மகத்தான ஆளுமையான தன்னை அறிவித்துக் கொள்கிறார்.

ஆனால் அவர் செய்து வருவது என்னவோ, இஸ்லாமிய அடிப்படைவாதத்தை சீண்டிவிடுவதும் இந்து அடிப்படை வாதத்தற்குத் துணைபோவதும், சர்ச்சைகள் - சந்தர்ப்பவாதங்கள் மண்டிய சுய சரிதப்பதிவுகளை தொகுதிகளாக வெளியிட்டு சமூகத்தில் பரபரப்பை ஏற்படுத்தி வருவதும் தான்...

அரசியல் - சமூக - இலக்கியத் தளங்களில் அவர் என்ன பங்காற்றியுள்ளார், அது எத்தகையது என்பதை அவரது இக்கூற்றே தெளிவுபடுத்துவதாயுள்ளது.

"இப்போது பல தினங்களாக சியெல்கெட் நகரம் எனக்கு தூக்குதண்டனை வேண்டி வேலை நிறுத்தம் செய்து வருகிறது. நீதிமன்றங்களில், அலுவலகங்களில், பள்ளிகளில் கல்லூரிகளில்

கடைகளில் வேலை நிறுத்தம் செய்யுமாறு பிற நகரங்களும் திட்டமிடுகின்றன. வங்கிகளில் பரிவர்த்தனை இருக்காது; சாலைகளில் வாகனங்கள் ஓடாது. ரயில்கள் இயங்காது. என் தூக்கு தண்டனைக்கு நாள் குறிக்க அரசாங்கம் நிர்ப்பந்திக்கப்படும் வேறெந்த விதிக்குத் தகுதியுடையவள் நான்? எனது சொற்பமான எழுத்தே இவ்வளவு வேலை நிறுத்தத்தை கொண்டு வந்துள்ளதும் மக்கள் என் குருதியைக் கோருவதும் என்னைத் தூக்கிலிட விரும்பச் செய்திருப்பதும் என்னை வியப்படையச் செய்கிறது. நான் இப்போது நான் எழுதத் தொடங்கியுள்ளேன். ஆரம்பித்தலேயே அவர்கள் தூக்கு தண்டனையைக் கோரினால், எதில் போய் முடியும்?"

IV

தஸ்லிமா நஸ்ரீன். 'இரண்டாவது ருஷ்டி' என இந்தியப் பத்திரிகைகளால் வரவேற்கப்படும் பெயர். வங்க தேச எழுத்தாளர். வங்க தேசத்திலிருந்து வெளியேற வேண்டிய நிர்ப்பந்தத்திற்குள்ளாகும் இந்துக் குடும்பம் ஒன்றைப் பற்றின 'லஜ்ஜா' என்னும் நாவல் எழுதியதற்காக இஸ்லாமிய தீவிரவாதிகளின் சீற்றத்திற்கு ஆளானவர். சமீபத்தைய டாக்கா புத்தகக் கண்காட்சியில் அவரது புத்தகங்கள் ஜாமத்-இ-இஸ்லாமி அமைப்பினரால் எரியூட்டப் பட்டன . 8-9-93 இல் சில்ஹெட்டில் கூடிய அவர்கள் அவரது புத்தகங்கள் தடை செய்யப் பட வேண்டும் என்றும் அவருக்குதூக்கு தண்டனை தரப்பட வேண்டும் என்றும் கோரினர். இன்னும் ஒரு படி மேலேபோய், அவரைக் கொன்றால் 50,000 தசா பரிசளிக்கப்படும் என்றும் அறிவித்தனர். இப்போது இஸ்லாமிய அடிப்படைவாதிகள் அவரைக் கொல்வதற்கான ஆணையை அறிவித்து விட்டனர்.

பரபரப்பான எழுத்தாளர்கள், அரசியல் நெருக்கடியும் சேர்ந்து விட்டால், இன்னும் பிரபலமடைந்து விடுகிறார்கள். நஸ்ரீன் விஷயத்திலும் இதுதான் உண்மை என்கிறார் தாவுத் ஹைதர் என்னும் கவிஞர். ஏற்கனவே இஸ்லாமிய அடிப்படை வாதிகளின் சீற்றத்திற்குப் பலியாகி, நாட்டை விட்டு நீங்கி, இப்போது

ஜெர்மானிய வானொலியில் பணியாற்றுபவர் அவர். நஸ்ரீன் மீதான பரபரப்புக்கு நஸ்ரீனும் பத்திரிகைகளும் தான் காரணம் என்று சுட்டிக் காட்டும் அவரின் அபிப்பிராயம் :

“நஸ்ரீனை வங்க தேசத்தில் ஒரு எழுத்தாளராகவே கருதுவதில்லை யாரும்! படைப்பாற்றலால் அவர் புகழடையவில்லை, மோசமான வாழ்க்கை முறையால்தான்; பெண்நிலைவாதி என்று காட்டிக் கொள்வதற்காக அவர் ஆண்கள் மீது சீறுகிறார்; அவரிடம் ஆழமோ, நேர்மையோ இல்லை (இந்தியன எக்ஸ்பிரஸ், 21-11-93).

ஆனந்த பஜார் நிறுவனத்தின் ‘ஆனந்த புரஸ்கார்’ விருது பெற்ற ‘லஜ்ஜா’ நாவல் கூட அரைபாதி உண்மை யைத்தான் விவரிக்கிறது என்கிறார் அப்துர் ராஃப். சமயச் சார்பற்றவர்களாக கலவரங்களின் போதும் உரிமைகளுக் கான இயக்கங்களின் போதும் குரல் கொடுத்துப் போராடி வருவோரை - இந்து மற்றும் இஸ்லாமிய பிரிவில் இருப் போரை - அவர் முற்றாக கணக்கில் எடுத்துக் கொள்ளவில்லை. இந்த வகையில் அது வங்கதேசத்தின் உண்மை யான நிலவரத்தை சரிவரத் தெரிவிக்கவில்லை. இது தனக்கு சாதகமாக இருப்பதால் பிஜேபி நஸ்ரினுக்கு தோள் கொடுக்க தேடி வருகிறது. அந்நாவலை அவசர அவசரமாக இந்தியாவிலும் ஆங்கிலத்திலும் மொழி பெயர்த்து-அது வும் தனக்கு ஏற்ற வகையில் திருத்தங்களுடன்-வெளியிடுகிறது. ஏகப்பட்ட பணத்தை ராயல்டியாக வாரி வழங்குகிறது.

ஒருவகை அடிப்படைவாதிகள் நஸ்ரீனை தூஷிக்கின்றார்கள் என்றால், இன்னொரு அடிப்படை வாதிகள் தலையில் தூக்கி வைத்து கொண்டாடுகின்றார்கள். மதவாதிகள் எப்போதும் உண்மையைக் கண்டு கொள்வதில்லை, அவர்களுக்கு வேண்டியதெல்லாம், சூத்திரங்கள், பிரதிமைகள், மந்திரங்கள், வழிபாடுகள், இவற்றை வைத்து அகண்ட பாரதத்தையோ அனைத்துலக இஸ்லாமிய ராஜ்யத்தையோ நிர்மாணிக்க வேண்டும். அதன் பொருட்டு எத்தனை உயிர்களை காவு கொடுத்தாலும் பரவாயில்லை “காலம் காலமாகவே அனுபவ பரிவர்த்தனைக்குத் தம் புலன்கள் சாய்க்கத்

திராணியற்று, சோம்பலில் ஊறியவை நமது சமயங்கள்''. (பிச்சுமணி கைவல்யம். கவிதை பற்றில்) என்பதால், சிலிர்ப்புக் கொள்ளும் போது வெறியாட்டம் தான்.

சல்மான் ருஷ்டியை இஸ்லாமிய அடிப்படைவாதிகள். வேட்டையாட கிளம்பிய போது, இந்துத்துவவாதிகள் பாதுகாப்புக்குப்' போகவில்லை. ஏனென்றால், அதனால் தனக்கொன்றும் லாபமில்லை என்பதை அவர்கள் அறிந்து அவரது படைப்பாற்றல் காரணமாகவே இருந்ததுதான். இலக்கியவாதிகளும் ஜன நாயகவாதிகளும் இடது சாரியினரும் அவருக்காகக் குரல் கொடுத்தனர்.

எழுத்து மற்றும் வெளிப்பாட்டு உரிமைக்குத் தடை வரும்போது அதை எதிர்த்து குரல் கொடுக்கவேண்டும். என்பதில் இரண்டாவது அபிப்பிராயத்திற்கு இடமில்லை. இந்த வகையில் நஸ்ரினுக்காகக் குரல் கொடுக்க தயக்கம் கூடாது; கொடுத்தே ஆக வேண்டும். ஆனால், அரசியல் ரீதியான பரபரப்பை வைத்து, அவரை இலக்கிய பீடத்தில் உட்கார்த்தி வைப்பது உகப்பான காரியமல்ல.

பெண்நிலைவாதியாக நின்று அவர் எழுதிய கட்டுரைத் தொகுதியிலிருந்து ("நிர்பசித் காலம் கியாண்கோஷ் பிரகாசண், டாக்கா, **1993**) சில பகுதிகள் இங்கு தரப்படு கின்றன. அதில் அவரது தொனியும் குரலும், பெண்ணுக்காக பரிந்து பேசும் பாவனை கொண்டிருப்பதை அடையாளம் கண்டு கொள்ள முடியும்.

இரண்டாவது முறையாக, இஸ்லாமிய அரசிய தலைவர்களும் அறிவு ஜீவிகளும் என்னைக் கொல்லுமாறு ஆணை பிறப்பித்திருக்கின்றனர். முதல் தடவை, சல்மான் ருஷ்டியின் 'சாத்தானின் கவிதைகள்' வெளிவந்த சந்தர்ப் பத்தில், எழுத்தாளரின் சுதந்திரத்தை ஆதரித்து அறிக்கை வெளியிட்டதற்காக. இப்போது, பெண்களின் பர்தாவுக்கு எதிராக பேசி வருவதற்காக, நான் கொல்லப்பட வேண்டும் என தேசிய நாளிதழ் ஒன்றில் கூறியுள்ளனர்.

'அல்லாஹு அக்பர்' என்று கூறியபடியே அவர்கள் ஒரு நாள் என்னை கொன்று விடுவார்கள் என்பதை நன்றாகவே காணமுடிகிறது. அது என்னை மிரட்டவில்லை. விபத்து நிகழக் கூடிய சாத்தியம் உண்டென அறிந்தும், நான் சாலையில் நடக்கவில்லையா? மின்சாரம் தாக்கி அழிந்து போகும் வாய்ப்பிருப்பதை அறிந்தும், மின்சார உபகரணங்களை நான் உபயோகிக்கவில்லையா? உபயோகிக்கிறேன். விஷம் நிறைந்த படங்களைக் கொண்டு சமூகம் என்னைத் தீண்டும் என்பதை நன்றாக அறிந்தும், நான் சமூகத்தில் வாழ வேண்டியிருக்கிறது.

'துருவேறாத குரல் கொண்ட மனிதர்கள் இருக்கிறார்களா என்றும் சமரச மொழியை அறிந்திடாத பேனாவைக் கொண்டுள்ளார்களா என்றும் அறியேன். ஒரு வேளை நிறையப்பேர் இருக்கலாம்; ஆனால் ஒரு 'பெண்'ணின் சார்பாக நிற்பதை தர்ம சங்கடமாக கருதுகின்றனர்- அவள் உண்மையின் பக்கமாக இருந்தாலும்.

அனுமதியாக கொல்லப்படுவதை அனுமதிப்பதின், வாயிலாக, பெண்ணாகப் பிறந்த பாவத்தை நான் கழுவிக் கொள்ளலாம்... ?'

"அதிருஷ்டசாலியின் மனைவி சாகிறாள், துரதிருஷ்டசாலியின் கால்நடை மரிக்கிறது" என்பது பழைய பழமொழி. **21**ஆம் நூற்றாண்டின் நுழைவாயிலிலும் அது உண்மையாகவே இருக்கிறது.

ஒருவரின் மனைவி இறந்து போனால், அவர் இன்னொருத்தியை மண முடிக்கலாம். ஆனால் ஒருவரது மாடு இறந்துவிட்டால், காசில்லாமல் இன்னொன்றைப் பெற இயலாது. புதுமாட்டிற்கு பணம் செலுத்த வேண்டியிருக்க, புது மனைவியோ பணம் கொண்டு வருகிறாள். இத்தகைய நிலையில், மனைவியை ஒதுக்கி வைக்கலாம், மாட்டினை ஒதுக்கி வைக்க முடியாது, மனைவியைவிட மாடு விலை மதிப்பு வாய்ந்தது என்பதில் சந்தேகமில்லை. இப்போதெல்லாம், இந்தியாவிலிருந்து கடத்தப்பட்டு வரும் ஆடு மாடுகளுக்காக ஒரு வங்கதேசப் பெண் பரிமாற்றம் செய்யப்படுகிறாள். இச்செய்தியறிந்து

பலர் அதிர்ச்சி அடையலாம். நான் வெறுமனே ஆச்சர்யப் படுகிறேன். ஒரு பெண்ணுக்காக ஆடு மாடுகள் பெறக் கூடிய அதிருஷ்டத்தை கண்டு களிப்படையாதிருக்க இயலாது. ஏனெனில் ஆடு மாடுகளைப் பெறக்கூடிய யாரும் பெரும் லாபத்தை ஈட்டுகின்றனர் என்பது வரவேற்க வேண்டிய செய்தியாகும்.

‘இந்தியாவிலிருந்து வரும் ஆடு மாடுகள், உருக்குலைந்த வங்கதேசப் பெண்ணைக் காட்டிலும் மிகவும் கவர்ச்சியானவை. லாபகரமானவை, மதிப்புமிக்கவை. மாடுகளுக்காகப் பெண்ணை பரிமாற்றிக் கொள்வோர் ஏமாறுகிறார்கள் என்றே கருதுகிறேன். சல்லிக்காசு பெறாத பெண்ணுக்காக ஆடுமாடுகளை மாற்றாகத் தந்து, பெண்ணுக்க கௌரவம் சேர்க்கிறார்கள். இவர்களுக்கு என் நன்றியைத் தெரியப்படுத்திக் கொள்கிறேன்.’

‘நமது கண்ணியமிகு சமுதாயம், பெண்ணுக்காக எந்த விலையும் தருவதில்லை. அது பெண் சிசுவை கருவிலேயே கொன்று விடுகிறது. மாறாக கடத்தல்காரனோ, ஒரு ஏழை பெண்ணுக்காக ஆடுமாடுகளைத் தருகிறான்! அவளை அவர்கள் விபச்சாரத்தில் ஈடுபடுத்துவர் அதனால் என்ன? மரியாதைக்குரிய பெண்கள், மரியாதைக்குரிய ஆண்களின் சுகத்திற்காகப் பயன்டுத்தப் படவில்லையா, என்ன நமது மரியாதைக்குரிய பெண்கள் இலவசமாகத் தரப்பட நிராதரவற்ற பெண்ணோ அரை டஜன் மாடுகளைப் பெற்றுத் தருகிறாள். பெண்ணின் விலையை இது சற்று அதிகரிக்குமாயின், இது உண்மையிலேய நல்லது தான்.’

‘ஜெருசலேத்திலும், இமயமலைகளிலும, ஹீரா மலைகளிலும் அமர்ந்தபடி, அவர்கள் தம் மதத்தை எழுதிவைத்துள்ளனர். இம்மதத்தைப் புனிதமானது என அறிவித்துள்ளனர். இப்புனிதத்தின் பெயரால் அவர்கள் உன்னைக் கட்டி வைத்துள்ளனர். உன்னை அவர்களின் பாதத்திற்கு கீழ் போட்டு வைத்துள்ளனர். உன்னை சமையலறைக்கு அனுப்புகின்றனர். படுக்கைக்கு இட்டுச்செல்கின்றனர். விரும்பும்போது படுக்கையிலிருந்து தள்ளி விடுகின்றனர். துணிமணிகளால் உன்னைப் போர்த்தி, வேண்டும் போது நிர்வாணமாக்குகின்றனர். உதைத்துத் தள்ளுகின்றனர். தூக்கி எறிகின்றனர். அவர்கள் மனிதர்களல்லர், ஆண்கள்.’

'பெண்ணே, ஜீவித்திரு. புதிய காற்றை சுவாசிக்கவும், இவ்வானம் உன்னுடையது. இதிலுள்ள தாரகைகள் உன்னுடையன; இம்மேகங்களும் இந்நீரும் இக்காற்றும் உன்னுடையன. இப்பூமி, இப்புல், இம்மலர்கள், பறவைகள், கடல் எல்லாம் உன்னுடையன. இவ்வாண்களோ, உனக்கு ஒன்று மில்லாதவர்கள், உன்னை விழுங்கி விடுவார்கள். நார் நாராகக் கிழித்து விடுவார்கள். தூசோடு தூசாய் அரைத்து விடுவார்கள். செய்வார்கள். ஏனெனில் அவர்கள் மனிதர்களல்லர், ஆண்கள்.

... 'கற்பைப் பற்றிச் சொல்வார்கள், கதையில் உன்னைக் கிடத்துவார்கள்; பெண்மை என்பது என்ன என்றும் தாய்மை எவ்வளவு புகழ் வாய்ந்தது என்றும் கூறுவார்கள். இத்தகு பொய்களுக்கும் பொறிகளுக்கும் சிக்கிவிட்டால், உன்னை முத்தமிடுவார்கள். நடன நிகழ்ச்சிக்கு அழைத்துச் செல்வார்கள், உன்னைச் சுற்றி சுவர் எழுப்புவார்கள். பாதங்களில் பொன் தளைகளை இடுவார்கள். கூண்டு கிளிக்கு ஊட்டுவது போல் உனக்கும் ஊட்டுவார்கள். நீ மானுடமாயின், தளைகளை அறுத்தெறி, சுதந்திரமாய் நில். உன்னிருகரங்களால் விலங்குகளை துண்டித் தெறி, கரங்கள் உன்னுடையவை. இரு பாதங்களால் ஓடு, பாதங்கள் உன்னுடையவை. உன்னிரு விழிகளால் வாழ்க்கையை நோக்கு, விழிகள் உன்னுடையவை. உரத்துச் சிரி, உதடுகள், விழிகள், முகம் எல்லாம் உன்னுடையவை.'

ஆதாரங்கள் :

1. *மனுஷி, செப் - அக்டோபர். 1993.*
2. *ஃப்ராண்டியர், ஜனவரி 1, 94 & ஜனவரி 22/94.*
3. Lajja / Taslima Nasreen / Tr by Tutul Gupta / Penguin (India), 1993.
4. Index on censorship, sep / october 1994
5. Mamishi, செப். அக்டோபர் *1993* & Nov - Dec. *1994*
6. Frontier, Jan 1, 1994 & Jan 22, 94

7. Taslima's Tirade / Romain Maitra / Tol. Bangalure Editim, Feb 3, 2004
8. Long - March in Dhaka for Taslima's 'death' / The Hindu, July 30, 1994
9. Taslima flees to Swedan / The Hindu, Aug 11, 1994
10. Taslima the Terrible is Back / Ayesha Kabir/ Tehelka, March 20, 2004
11. Inflamed Passions/ vikhar Akmed Sayeed/ Frontline, March 24, 2010.
12. How & missed My wedding / Antara Dev Sen, Indian Express June 18, 1995
13. Wordview / Indian Express, Nov. 21, 1993.
14. A Shameful Burden / Dhritiman ehaterji / IRB.

குறிப்பு :

கட்டுரையின் இறுதிப் பகுதி குதிரை வீரன் பயணம் - மார்ச் 1994 இதழில் வெளியானது.

✦✦✦